ஏன் பெரியார்?

ஏற்பும் மறுப்பும்

ஏன் பெரியார்?

ஏற்பும் மறுப்பும்

பி.ஏ. கிருஷ்ணன்

கார்த்திக் ராம் மனோகரன்

எஸ். ஆனந்தி

என். கல்யாணராமன்

புனித பாண்டியன்

தமிழில் : புதிய பரிதி

கிழக்கு

ஏன் பெரியார்?
Yaen Periyar?

P.A.Krishnan, Karthick Ram Manoharan, S.Anandhi,
N. Kalyan Raman, Punitha Pandiyan @

Tamil Translation: Puthiya Parithi @

Originally published by "The Wire" (thewire.in)

Kizhakku Edition: December 2018
96 Pages
Printed in India.

ISBN: 978-93-86737-64-9
Kizhakku 1122

Kizhakku Pathippagam
177/103, First Floor, Ambal's Building,
Lloyds Road, Royapettah, Chennai 600 014.
Ph: +91-44-4200-9603
Email : support@nhm.in | Website : www.nhm.in

kizhakkupathippagam kizhakku_nhm

Kizhakku Pathippagam is an imprint of New Horizon Media Private Limited

பொருளடக்கம்

அறிமுகம்

இந்தத் தொகுப்பில் மொத்தம் எட்டு கட்டுரைகள் இடம்பெற்றுள்ளன. தி வயர் என்னும் இணையத்தளத்தில் பி.ஏ. கிருஷ்ணன், கார்த்திக் ராம் மனோகரன், எஸ். ஆனந்தி, என். கல்யாணராமன், புனித பாண்டியன் ஆகியோர் முன்னெடுத்த பெரியார் குறித்த விவாதங்களின் தமிழாக்கமே இந்நூல். இணையத்தில் வெளிவந்து மிகுந்த கவனம் பெற்ற இந்த விவாதங்களைத் தமிழுலகுக்கு அறிமுகப்படுத்தும் வகையில் இந்நூலை கிழக்கு பதிப்பகம் வெளியிடுகிறது.

மொழியாக்கத்துக்கு அனுமதி அளித்த கட்டுரையாசிரியர்கள் அனைவருக்கும் நன்றி. தி வயரின் நிறுவன ஆசிரியர் சித்தார்த் வரதராஜனுக்கு நன்றி. குறைந்த அவகாசத்துக்குள் கட்டுரைகளைச் சிறப்பாக மொழிபெயர்த்துள்ள புதிய பரிதிக்கு நன்றி.

இந்நூலுக்குப்பங்களித்த அனைவரையும் குறித்த சுருக்கமான அறிமுகம் கட்டுரைகளின் முடிவில் இடம்பெற்றுள்ளது.

பெரியாரைத் தீர்மானமான முறையில் வரையறை செய்வதோ அல்லது அவர் குறித்த திட்டவட்டமான ஒரு மதிப்பீட்டுக்கு வந்து சேர்வதோ இந்நூலின்நோக்கமல்ல. இத்தனை சிறிய ஒரு புத்தகம் அதனை சாதித்துவிடவும் போவதில்லை. மாறாக, பெரியார் குறித்த விவாதங்களை ஆழமாகவும் அகலமாகவும் முன்னெடுக்கவேண்டிய தேவை முன்னெப்போதையும்விட இப்போது தீவிரம் பெற்றிருக்கிறது என்பதை உணர்த்துவதே இந்நூலாக்கத்தின் நோக்கம்.

பதிப்பாசிரியர்

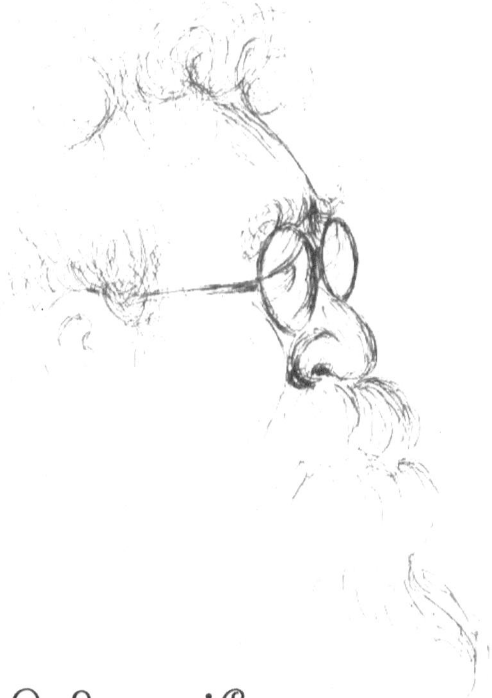

பெரியாரைப்போல ஒரு கரடுமுரடான நபரை எதற்காக திராவிட அறிவுஜீவிகள் கொண்டாடுகிறார்கள்?

அதற்கான காரணம் மிகவும் எளிமையானது. தேசிய அளவில் அறிவுஜீவிகளின் நிலப்பரப்பு மிகவும் பசுமையாகப் பூத்துக் குலுங்கிக் கொண்டிருக்கையில் அதற்கு நேர்மாறாகத் திராவிட அளவில் அறிவுஜீவிகளின் நிலப்பரப்பு காய்ந்த பாலைவனமாகக் காட்சியளிக்கிறது. அந்தப் பாலைவனத்தில் முளைத்த ஒரே ஒரு கள்ளிச் செடி பெரியார் மட்டுமே.

பி.ஏ. கிருஷ்ணன்

'யூதர்கள் தங்களைத் தவிர வேறு எதிலும் பொறுப்பில்லாமல் எப்படியாவது ஆளுகிறவர்களை சுவாதீனம் செய்துகொண்டு ஆளுவதில் கலந்துகொண்டு தந்திரங்கள் செய்து மற்ற குடிகளை வாட்டி வதக்கி உயிர்வாங்க வாழுகிறவர்கள்.' - யூதர்களுக்கு எதிரான இந்த அப்பட்டமான வெறுப்பு வார்த்தைகள் எழுதப்பட்ட காலம் மார்ச் 20, 1938. அது ஹிட்லரின் கொடி உச்சத்தில் பறந்துகொண்டிருந்த காலம். இதை நீங்கள் தனியாக வாசிக்க நேர்ந்தாலோ உங்களுக்கு நாஜிக்களின் வரலாறு குறித்த அறிமுகம் இருந்தாலோ இந்தக் கருத்துகள் நாஜிக்கு ஆதரவான மூன்றாம் தரப் பத்திரிகை ஒன்றில் இருந்து எடுத்தாளப் பட்டிருக்கும் என்று நினைப்பீர்கள்.

அந்தப் பத்தியின் அடுத்த வரிகள் இதோ: 'வாட்டி வதக்கி உயிர்வாங்க வாழுகிறவர்கள் என்பதற்கும் பார்ப்பனர்களும் சிறிதும் பொறுப் பில்லாமல் எப்படியாவது ஆளுகிறவர்களை சுவாதீனம் செய்து கொண்டு ஆக்ஷியில் புகுந்து ஆதிக்கம் செலுத்தப் பார்க்கிறவர்கள் என்பதற்கும் சரியான பொருத்தம் இல்லையா?'

இது தனது 'குடியரசு' பத்திரிகையில் பெரியார் ஈ.வெ.ராமசாமி எழுதிய கட்டுரை. இதில் வழக்கத்துக்கு மாறாக மிகவும் மென்மையாக எழுதியுள்ளார் (நான் சொன்னால் உனக்கு ஏன் கோபம் வர வேண்டும்? பகுதி 4.பக்கம் 532. தொகுப்பு பசு. கவுதமன்)

பெரியார் ஒரு தன்னலமற்ற, தூய்மையான, ஓரளவுக்குத் தனிப்பட்ட ஈர்ப்புடையவராக இருந்தார். அவருடைய நீண்ட வாழ்க்கை முழுவதும் தான் சரி என்று நம்பியவற்றுக்கு ஆதரவாகவும் தான் வெறுத்தவற்றுக்கு எதிராகவும் ஓய்வின்றி உழைத்தார். அவர் நம்பியவை எல்லாம் சுய மரியாதை, பகுத்தறிவு, பாலின சமத்துவம் மற்றும் சமூகநீதி குறித்த அவருடைய சுயபார்வை. அவர் வெறுத்தவை எல்லாம் சாதி பாகுபாடு, காந்தி, கடவுள், மதம், பிராமணர்கள் அத்துடன் இன்று இருக்கும் ஒன்றுபட்ட இந்தியா என்கிற கருத்து. பி.ஆர். அம்பேத்கர்போல பெரியார் வியக்கத்தக்க அறிஞர் இல்லை. அவர் ஒரு தெருச் சண்டைக்காரர். அவர் கோபத்தில் கூறிய வார்த்தைகள் பெரும்பாலும்

அச்சில் ஏற்ற முடியாதவை (அவை தமிழில் அச்சில் ஏற்றப் பட்டிருந்தாலும்). அவர் சாந்தமாகப் பேசிய தருணம் என்பது எல்லாம் மிகவும் குறைவு; இருப்பினும் அவையும் தமிழில் பதிப்பிக்கப் பட்டிருக்கின்றன.

பெரியார் குறித்துத் தமிழர் அல்லாத அறிவுஜீவிகளுக்குத் தெரிந்தது எல்லாம் அவரது உண்மை முகத்தின் சுத்திகரிக்கப்பட்ட வடிவம் மட்டுமே. அவை எல்லாம் அவரது ஆதரவாளர்களால் மிக அழகாகத் தொகுக்கப்பட்டு வழங்கப்பட்டவை.

பிராமணர்களுக்கு எதிராக

கல்வி மற்றும் வேலைவாய்ப்புகளில் இடஒதுக்கீடு வருவதற்கு முழுமுதல் காரணம் பெரியார்தான் எனத் தமிழ்நாட்டின் அனைத்துத் தரப்பினரும் எந்தக் கேள்வியும் எழுப்பாமல் நம்புகின்றனர். தமிழர் அல்லாத நபர்கள்கூட இதனை வழிமொழிந்து பெரியாருக்கு நன்றி சொல்லி வருகின்றனர். ஆனால் கிரான்வில் ஆஸ்டின் தன்னுடைய Working a Democratic Constitution (1999) என்கிற புத்தகத்தில் பின்வருமாறு எழுதுகிறார். '1937 ஆம் ஆண்டு தேர்தலின் போதும் அதற்குப் பின்பும் நீதிக்கட்சியை வென்ற பிறகு காங்கிரஸ் 'பாகுபாட்டை ஈடுசெய்தல்' என்பதைத் தனது சொந்தக் கொள்கையாக ஆக்கிக்கொண்டது. சக்கரவர்த்தி ராஜகோபாலாச்சாரிபோன்ற தமிழ் பிராமணர்களின் தலைமையில் இருக்கும்போதும் அதே நிலைப் பாட்டில்தான் காங்கிரஸ் இருந்தது'.

உண்மையில், இடஒதுக்கீடு முதன்முதலில் தமிழ்நாட்டில் அறிமுகப் படுத்தப்பட்ட ஆண்டு 1927. அப்போது ஸ்வராஜ்ய கட்சியின் ஆதரவோடு பி.சுப்பராயன் முதல்வராக இருந்தார். அப்போதுதான் பெரியார் காங்கிரஸ் கட்சியை விட்டு வெளியேறியிருந்தார். பின்பு இந்த இடஒதுக்கீடு 1947 ஆம் ஆண்டு காங்கிரஸ் கட்சி ஆட்சியில் மேலும் விரிவாக்கப்பட்டது. ஆனால் அப்போது பெரியார் தனி திராவிட நாடு கோரிக்கையை முன்வைத்துச் செயல்பட்டுக் கொண்டிருந்தார்.

அதே சமயம் 1951 ஆம் ஆண்டு மெட்ராஸ் உயர்நீதிமன்றம் இடஒதுக்கீட்டைத் தடை செய்தபோது பெரியார் வெகுண்டு எழுந்து போராடினார் என்பது உண்மைதான். உயர்நீதிமன்றத்தின் உத்தரவை எதிர்த்து மெட்ராஸ் அரசு உச்சநீதிமன்றத்தில் மேல்முறையீடு செய்து மீண்டும் தோல்வியடைந்தது. இதன் பிறகு மெட்ராஸில் ஆட்சியில் இருந்த காங்கிரஸின் பரிந்துரையின்படி 'மனிதன் உருவாக்கிய ஏற்றத்தாழ்வுகளை' (கிரான்வில் ஆஸ்டின் வார்த்தைகள்) போக்கும்

பொருட்டு நேரு அரசு இந்திய அரசியலமைப்புச் சட்டத்தில் முதல் திருத்தம் கொண்டுவந்தது.

1950களில் பெரியாருக்குத் தற்போது இருப்பதுபோல மிகப் பெரிய பிம்பம் எதுவும் இல்லை என்பதை நினைவில்கொள்ளவேண்டும். இத்தனைக்கும் அவரை அனைத்து அரசியல் தலைவர்களுக்கும் தனிப்பட்ட முறையில் பிடித்திருந்தாலும், அனைவருமே அவரை தான்தோன்றித்தனமான, யாருக்கும் கட்டுப்படாத, பொறுப்பற்ற நபராகவே பார்த்தனர். 1949 ஆம் ஆண்டு அவரது முக்கிய சீடரான அண்ணா அவருடன் சண்டையிட்டுப் பிரிந்து தனிக்கட்சி தொடங்கினார். பின்னர் 1967 ஆம் ஆண்டு காங்கிரஸ் அல்லாத முதல் அரசை அவர் உருவாக்கினார். இந்த 1949 முதல் 1967 ஆம் ஆண்டு வரையிலான காலகட்டங்களில் பெரியார் அவரது முன்னாள் சீடர்களை மிகவும் கடினமான வார்த்தைகளில் திட்டித் தீர்த்தார்.

பல போராட்டங்களை நடத்தியுள்ள பெரியார் அவற்றில் எல்லாம் பிராமணர்களைத் தவறாமல் வசைபாடிக்கொண்டேயிருந்தார். பிராமணரல்லாத தேசியத் தலைவர்களான காந்தி, சுபாஷ் சந்திரபோஸ், சர்தார் வல்லபபாய் படேல் ஆகியோரை விமர்சனம் செய்யும் போதும்கூட அவர்கள் அனைவரும் பிராமண சதியால் பாதிக்கப் பட்டவர்கள் என்றுதான் பேசியிருக்கிறார். அதுமட்டுமல்லாமல், ஒரு சிறு தயக்கம்கூட இன்றி காந்தி மெல்ல மெல்ல பெரியார்போல் மாறிக் கொண்டிருந்ததனால்தான் அவர் பிராமணர்களால் சுட்டுக் கொலை செய்யப்பட்டார் என்றும் கூறியிருக்கிறார்!

பெரியார், தான் பிராமணர்களுக்குத்தான் எதிரியே தவிர பிராமணியத்துக்கு இல்லை என்பதில் தெளிவாக இருந்தார். சில நேரங்களில் இது சிறு குழப்பத்தை ஏற்படுத்துவதுபோல் தோன்றும். 1973 ஆம் ஆண்டு டிசம்பர் 19 ஆம் தேதி அவர் ஆற்றிய இறுதி உரையில் அவர் நீண்ட நெடுங்காலமாகக் கடவுள், மதம், காங்கிரஸ், காந்தியுடன் பிராமணர்களை சேர்த்து ஒழிக்கத் தீவிரமாக முயன்று வந்ததாகக் குறிப்பிடுகிறார். இங்கே அவர் பிராமணர்கள் என்று குறிப்பது பிராமணியத்தை என்று சிலர் நினைக்கலாம். ஆனால் இது தொடர்பாக மிகவும் தெளிவாக 1959 ஆம் ஆண்டு ஆகஸ்ட் 31 ஆம் தேதி நடந்த கூட்டத்தில் பதிவு செய்துள்ளார்.

'நீங்கள் வெறுப்பது பார்ப்பானையா? பார்ப்பனியத்தையா? அல்லது பார்ப்பனியம் என்பது என்ன? என்ற கேள்விகளுக்குப் பதில் என்பது என்ன? பார்ப்பானில் இருந்துதானே பார்ப்பனியம் வந்தது; எனவேதான் பார்ப்பான் ஒழியவேண்டும் என்கிறேன். திருடனை

வெறுக்கிறாயா அல்லது திருட்டை வெறுக்கிறாயா என்பதுபோல் இருக்கிறது; திருடனாக இருப்பதால்தானே அவன் திருடுகிறான்; எனவே இது அர்த்தமற்றதாகும். திருட்டுத்தனத்தை வெறுக்கும்போது திருடனையும் வெறுப்பதாகத்தானே அர்த்தம்? எனவே பார்ப்பானில் இருந்துதான் பார்ப்பனியம் வந்தது; மூலத்தை ஒழிக்கப் பாடுபடுகிறேன்.'

பெரியார் இப்படிக் கூறியிருக்கையில் உண்மை என்ன? பிராமணர்கள் என்ன பூச்சாண்டிகளா? இல்லை தமிழ் நாட்டின் சூனியக்காரிகளா?

கல்லூரி மற்றும் அரசு அலுவலகங்களில் பிராமணர்கள்

பத்தொன்பதாம் நூற்றாண்டின் இறுதியிலும் இருபதாம் நூற்றாண்டின் தொடக்கத்திலும் பிராமணர்கள் தமிழ்நாட்டுக் கல்விப்புலத்தில் ஆதிக்கம் செலுத்தி வந்தார்கள் என்பதில் எந்த சந்தேகமும் இல்லை. கல்லூரிகள் அனைத்தும் பிராமணர்களால் நிரம்பியிருந்தன. இதன் விளைவாகப் பெரும்பான்மையான அரசு உயர் பதவிகள் பிராமணர்களிடம் சென்றன. ஆனால், புள்ளிவிபரத்தை ஆராய்ந்தால் சொல்லிக்கொள்ளும் அளவுக்கு அவர்களது எண்ணிக்கை அதிகமில்லை. 1890 ஆம் ஆண்டில் கலை மற்றும் தொழில் கல்லூரிகள் இரண்டிலும் சேர்த்தே மாணவர்களின் மொத்த எண்ணிக்கை மூவாயிரம் மட்டுமே (*The Politics of South India*, C.J.Baker, 1976, p.46) அதிலும் 1890களில் ஆயிரம் மாணவர்களுக்கும் குறைவான நபர்களே ஆண்டுதோறும் கல்லூரிப் படிப்பை முடித்து வெளியேறி இருப்பார்கள்.

1890ல் மூவாயிரமாக இருந்த இந்த எண்ணிக்கை 1936ன்போது 14000 ஆக உயர்ந்தது. இதன்மூலம் 1930களின் தொடக்கத்தில் இருந்தே ஆண்டுதோறும் 4500 மாணவர்கள் தேர்ச்சி பெற்றுக் கல்லூரியை விட்டு வெளியேறியிருப்பார்கள். அன்று 1931 ல் மெட்ராஸ் மாகாணத்தின் (இன்றைய தமிழ்நாடு) ஒட்டுமொத்த மக்கள்தொகை சுமார் நாலு கோடியே அறுபது லட்சம்.

இதன்மூலம் ஒரு சதவீதத்திலும் ஒரு சதவீதம்தான் அன்றைய காலகட்டத்தில் கல்லூரிக்குச் சென்று பட்டம் பெற்றவர்கள் என்பது தெரியவருகிறது. அது மட்டுமல்லாமல் 1930 களில் கலை மற்றும் தொழில்நுட்பம் ஆகிய இரண்டு பிரிவு கல்லூரிகளிலும் பெரும் பான்மையானோர் பிராமணர் அல்லாத மாணவர்களே. அதேபோல் வேலைவாய்ப்பைப் பொறுத்தவரை 1928 ஆம் ஆண்டு நிலவரப்படி அரசிதழ் பதிவு பெற்ற அலுவலர்களில் 620 பேர் மட்டுமே பிராமணர்கள். ஒட்டு மொத்தமாக 80,000 அரசு ஊழியர்களில் 15,000 பேர்

மட்டுமே பிராமணர்கள்! (*Political Career of E.V.Ramasamy Naicker*, E.Sa.Viswanathan, 1983, p 126).

(பேக்கர் தன்னுடைய புத்தகத்தில் 1931 ஆம் ஆண்டு 10,237 முதல் கிரேடு கல்லூரி மாணவர்கள் இருந்ததாகக் குறிப்பிடுகிறார். அக்கால கட்டத்தில் மாதம் 35 ரூபாய் சம்பளம் வழங்கக்கூடிய அரசு பணியிடங்கள் 29,081 எனக் கூறும் அவர், 1927 ஆம் ஆண்டு பணியாளர் தேர்வு ஆணையம் மொத்தம் 467 பேர் தேர்ந்தெடுக்க வேண்டியிருந்ததாகக் கூறுகிறார். இந்தப் பணியிடங்களை நிரப்ப அதற்கேற்ற குறைந்த தகுதி கொண்டிருந்த அனைத்து பிராமணரல்லாத நபர்களைப் பணிக்கு அமர்த்தினாலும் அந்த இடங்களை நிரப்பியிருக்க முடியாது என்று தெரிவிக்கிறார்)

அன்றைய காலகட்டத்தில் சூழல் மாறுவது தெரிந்தவுடன் தமிழ் பிராமணர்கள் கிராமத்தைவிட்டுத் தமிழ்நாட்டுக்கு உள்ளேயும் தமிழ்நாட்டுக்கு வெளியேயும் உள்ள நகரத்தை நோக்கிக் குடிபெயர்ந்தார்கள். இருப்பினும் இருபதாம் நூற்றாண்டின் தொடக்கத்தில்கூட பிராமணர்கள் கிராமங்களில் திரளாக வசித்து வந்தார்கள். சுமார் நூறு ஆண்டுகளுக்கு பிறகு 2001 ஆம் ஆண்டு சுமார் 4.3% பிராமணர்கள் கிராமங்களில் வசித்து வந்தனர். தமிழ் பிராமணர்கள் அல்லாத பிராமணர்களின் எண்ணிக்கையைச் சேர்த்தால் 5.6% பேர் கிராமத்தில் வசித்து வருகிறார்கள். (*Tamil Brahmans: The making of a Middle Class*, Fuller and Narasimnan, 2014 appendix). அவர்களது நிலங்களை உயர்கல்விக்காக விற்பனை செய்ய வேண்டியிருந்தது. இதனால் அவர்களுக்கு சொந்தமான நிலம் வெகுவாகக் குறைந்து கிட்டத்தட்ட அவர்களுக்கு நிலமே இல்லாத நிலை உருவானது.

சுருக்கமாகச் சொல்லவேண்டும் என்றால் தமிழ் பிராமணர்கள் பிரிட்டிஷ் அரசாங்கம் அவர்களுக்கு வழங்கிய வாய்ப்புகளை நன்கு பயன்படுத்திக்கொண்டார்கள். அவர்கள் யார் கையையும் முறுக்கித் தற்போது இருக்கும் நிலைக்கு உயரவில்லை. நீதிக்கட்சி 1920 ஆம் ஆண்டும் திராவிட முன்னேற்றக் கழகம் 1967 ஆம் ஆண்டும் ஆட்சிக்கு வந்தன. இந்த இடைப்பட்ட காலத்தில் மெட்ராஸுக்கு நான்கு ஆண்டுகள் மட்டுமே ஒரு பிராமணர் முதல்வராக இருந்திருக்கிறார் (1952 முதல் 1954 வரையிலான உறுதியற்ற காலத்தையும் சேர்த்து). பிரிட்டிஷ் அரசாங்கத்துக்கு பிராமணர்கள் மீது எந்தக் காதலும் இருந்ததில்லை. ஏனென்றால் பெரும்பான்மையான பிராமண அறிவுஜீவித் தலைவர்கள் காங்கிரஸ் கட்சியில் இருந்தனர்.

பிராமணர்களுக்கு எதிரான ஒரு சார்பு

துரதிர்ஷ்டவசமாக பெரியாரும் அவரது ஆதரவாளர்களும் பிரச்னையை இந்தக் கோணத்தில் இருந்து பார்க்கவில்லை. ஜெர்மனியில் ஹிட்லர் எப்படி யூதர்களை அணுகினாரோ அதேபோல்தான் பிராமணர்களை அவர்கள் அணுகினார்கள். பெரும் சதித்திட்டங்கள் மூலமும் தந்திரமான சூழ்ச்சிகள் மூலமும் பிராமணர்கள் பிராமணரல்லாதோரை வீழ்த்தி அவலநிலைக்குத்தள்ளியதாகஅவர்கள்கருதினார்கள். பெரியாருக்கு தேச சுதந்திரம் என்பது கல்வியையும் மற்ற முன்னேற்றத்துக்கான வாய்ப்புகளையும் அடைவதற்கான எளிய வாயிலாக இருக்கும் என்பதுகூடத் தோன்றவில்லை. அதேசமயம் பிரிட்டிஷார் பிராமணர்களின் தந்திரங்களுக்கு அடிபணிந்து போகிறார்கள் என்று குற்றம்சாட்டிக்கொண்டே இந்தியாவில் பிரிட்டிஷ் ஆட்சி தொடர்ந்து நடைபெறவேண்டும் என்று அவர் விரும்பினார்.

சில நேரங்களில், பெரியார் பிராமணர்களுக்கு எதிராக ரத்தத்தை உறையவைக்கும் மிரட்டல்களை விடுத்துள்ளார். ஆனால் நடைமுறையில் அவர் வன்முறையின் மேல் நம்பிக்கை வைத்திருக்க வில்லை. அவரைப் பின்பற்றும் கருஞ்சட்டைக்காரர்களில் பலர் தனி மனிதர் என்ற அளவில் மிகவும் நல்லவர்கள். அதே சமயம், பெரியார் இந்தியாவில் ஜனநாயகம் மலர்ந்தால் அரசின் மொத்த அதிகாரத்தையும் பிராமணர்கள் தங்களது கைகளில் எடுத்துக்கொள்வார்கள் என்று பயந்தார். அவரது வார்த்தைகள்: ‘இந்தியாவுக்கு ஜனநாயகக் கொள்கை கூடவே கூடாது. ஏனென்றால் ஜனங்களில் 100க்கு 90 பேர்கள் பாமர(மூட) மக்கள். 100 க்கு 97 பேர்கள் ‘இழி மக்கள்’. இவர்களது நாயகத்துவம் நாட்டைச் சீர்படுத்துமா? (பெரியார் எழுத்துகள், தொகுப்பு பசு. கவுதமன், பகுதி 4, 2017 பக்கம் 432).

இன்னொரு உதாரணம்; 1968 ஆம் ஆண்டு தஞ்சாவூர் மாவட்டத்தில் 44 தலித் மக்கள் நில உடமையாளர்களால் வெட்டிக் கொல்லப்பட்டனர். அது குறித்து பெரியார் கூறியது என்னவென்றால் ‘ஜனநாயக ஆட்சி உள்ளவரை யோக்கியர் மறைந்து போக வேண்டியதுதான்; அயோக்கியர்கள் ஆட்டம் போட வேண்டியதுதான். இந்திய மக்கள் காட்டுமிராண்டிகள்; இந்திய தர்மம் குற்றப் பரம்பரையர்கள் தர்மமேயாகும். மநுதர்மவாதிகள் உள்ளவரை நாடு ஒழுக்கம், நேர்மை, நாணயம், நீதி பெற முடியாது. வெள்ளையன் வெளியேறியவுடன் நாடு அயோக்கியர்கள் வசமாகிவிட்டது.’

பெரியார் தலித்கள் சாதி ஒடுக்குமுறை விலங்குகளை உடைத்தெறிய வேண்டும் என்று உண்மையிலேயே நினைத்தார் என்பதில் எந்த

சந்தேகமும் இல்லை. ஆனால் அவரது வழிமுறை தந்தைமை சார்ந்ததாக இருந்து. தந்தைமை வழிமுறையைப் பின்பற்றுவதற்காக விமர்சிக்கப்படும் காந்தியைவிட அதிகமாக பெரியாரிடம் அந்தப் பண்பு இருந்தது. இந்திய அரசியலமைப்புச் சட்டம் பிராமணரல்லாதோருக்கு இட ஒதுக்கீடு வழங்காததால் எரிச்சல் அடைந்தார். அவர் அம்பேத்கர் தன்னைப் பிராமணர்களிடம் விற்றுவிட்டார் என்று கூடக் குற்றம்சாட்டினார்.

'உடனே பார்ப்பனர்கள் அவருக்கு (அம்பேத்கருக்கு) விலை கொடுத்துவிட்டார்கள். அது என்ன விலை என்றால், அவர் தன்னுடைய மக்களுக்கு 100க்கு 10 இடம் கல்வி வசதியில், உத்தியோக வசதியில் கேட்டார். அவன், '15-ஆக எடுத்துக்கொள்' என்று சொல்லிவிட்டான்! அவனுக்குத் தெரியும், 25 இடம் கொடுத்தால்கூட அவர்களில் மூன்று அல்லது நான்கு பேர்கூட வரமாட்டார்கள் என்பது. பார்ப்பான் எழுதிக் கொடுத்த சட்டத்தில் அவர் கையெழுத்துப் போட்டுக் கொடுத்துவிட்டார். மற்றவர்களுடைய சங்கதியைப் பற்றி அவர் சிந்திக்கவில்லை.'(Periyar E.V.R. Chintanaikal, Anaimuthu, 1974, p. 1,860)

பிராமணர்களை தெய்வங்கள் என்று இங்கே யாரும் கூறவில்லை. அவர்கள் மூர்க்கமானவர்களாக, சாதியவாதிகளாக இருந்தார்கள். கோடிக்கணக்கான தீண்டத்தகாதவர்கள் மீது பொதுவாகவே வெறுப்புணர்வு கொண்டவர்களாக இருந்தனர். தீண்டக்கூடிய பிற்படுத்தப்பட்ட சாதியினர் மீதும் அவர்கள் அதே போக்கையே கொண்டிருந்தனர். ஆனால் இங்கே மறுபடியும் நினைவில்கொள்ள வேண்டியது இந்தச் செய்கைகளில் அவர்கள் மட்டும் தனியாக இல்லை. பெரியாரிடம் இருந்த பிரச்னை என்னவென்றால் ஒடுக்கும் வகுப்பினரின் பரப்பு, விரிந்து வியாபித்து இருக்கும் நிலையில் அவர் பிராமணர்களுக்கு எதிராக மட்டுமே தனது பிரம்பைப் பயன்படுத்தினார். மற்ற வகுப்பினர் ஆதிக்கம் செலுத்தும்போது அவற்றைக் கண்டுகொள்ளாமல் புறம்தள்ளினார் அல்லது இனி வரும் காலங்களில் ஒழுங்காக நடந்துகொள்ளவேண்டும் என்று எச்சரித்தார். இதை அவர் செய்யக் காரணம் பிராமணரல்லாத உயர்சாதிக்காரர்கள் நில உடமையாளர்களாக, வட்டிக்குப் பணம் தருபவர்களாக, வியாபாரிகளாக, வணிகர்களாக இருந்தபோதும் அவர்கள் அனைவரும் பாதிக்கப் பட்டவர்கள் என்று கருதினார். ஆனால் உண்மையில் ஒடுக்கும் இயந்திரத்தில் அவர்களும் ஓர் அங்கமாகவே இருந்து வந்தனர்.

பெரியாரின் நாத்திகம் என்பது கடுமையானதாகவும் அருவருப் பானதாகவும் இருந்தது. அவரது ராமாயண ஆராய்ச்சி என்று சொல்லப்படும் பணி, சீதை வால்மீகியுடன் படுத்தாரா என்பதுபோன்ற

மிக முக்கியமான விவகாரங்களிலேயே கவனம் செலுத்தியது. அவரது பகுத்தறிவு என்பதும் வெற்றுக் கருத்துகள் நிரம்பியவையே. அதில் பயனுள்ளவை என்று எதுவுமில்லை. என்னதான் அவருக்கு அறிவியல் மீது குழந்தைத்தனமான ஈர்ப்பு இருந்தாலும் அறிவியல் நுணுக்கங்களைப் புரிந்துகொள்ளும் அளவுக்கு அவரிடம் கூர்மையான அறிவு இல்லை. அவர் ஒருமுறை மிதவெப்ப மண்டலத்தில் வாழும் வெள்ளைக்காரர்கள் தமிழ்நாட்டில் வாழும் மக்களைவிடக் குறைந்த அறிவைக் கொண்டவர்கள் என்று கூறியுள்ளார். அதற்குக் காரணமாக வெள்ளைக்காரர்கள் வாழும் பகுதியில் இருக்கும் பூக்கள் தமிழ்நாட்டில் இருக்கும் பூக்களைவிடக் குறைவான வாசனை உடையவை என்றும் வெள்ளைக்காரர்கள் நிலத்தில் வாழும் பாம்புகளுக்கு விஷமிருக்காது; ஆனால் தமிழகத்தில் இருக்கும் பாம்புகளுக்கு விஷமிருக்கும் என்றும் கூறினார்.

உண்மை நிலவரம் இப்படி இருக்க திராவிட அறிவுஜீவிகளால் பெரியார் ஏன் ஆகப்பெரும் சிந்தனையாளர் என்று பிரகடனப் படுத்தப்படுகிறார்? அதற்கான காரணம் மிகவும் எளிமையானது. தேசிய அளவில் அறிவுஜீவிகளின் நிலப்பரப்பு மிகவும் பசுமையாகப் பூத்துக் குலுங்கி இருந்தது. மிகப் பெரிய மரங்களாக காந்தி, நேரு, ரவீந்திரநாத் தாகூர், அம்பேத்கர், ராம் மனோகர் லோகியா, ஜெய்பிரகாஷ் நாராயணன் மற்றும் பலர் இருந்தார்கள். ஆனால் அதற்கு நேர்மாறாக திராவிட அளவில் அறிவுஜீவிகளின் நிலப்பரப்பு காய்ந்த பாலைவனமாகக் காட்சியளித்தது. அந்தப் பாலைவனத்தில் முளைத்த ஒரே கள்ளிச் செடி பெரியார் மட்டுமே. எவ்வளவு முட்கள் நிறைந்திருந்தாலும் அவரிடம் கொஞ்சமேனும் பூக்கள் இருந்தன. அவரிடம் மட்டுமே இருந்தன.

செப்டம்பர் 21, 2017

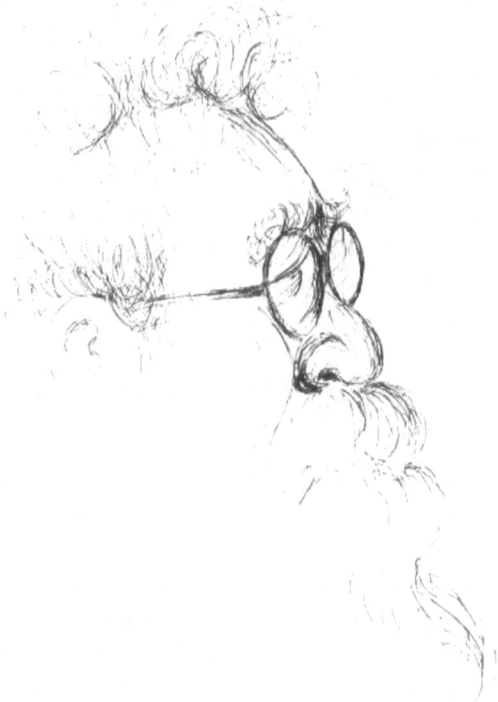

பெரியார் எதிர்ப்பாளர்கள் அவரது வார்த்தைகளைத் திரித்து அர்த்தப்படுத்துகிறார்கள்

சுதந்திரம் என்றால் என்ன... யாருக்கு அது பலன் அளித்தது...
யாருக்கு அது பலன் அளிக்கவில்லை போன்றவற்றை
பெரியார் கேள்விக்குள்ளாக்கினார்.
அதற்காக அவர் காலனியத்தை ஆதரித்தார் என்று அர்த்தமில்லை.

கார்த்திக் ராம் மனோகரன், எஸ். ஆனந்தி

பெரியார் மீதான இந்துத்துவ, வலதுசாரிகளின் எதிர்ப்பு ஆச்சரியமானதல்ல, உண்மையில் அது மிகவும் இயற்கையானது. பார்ப்பனிய ஆதிக்கத்தை, சமரசமில்லாமல் எதிர்த்த பெரியார், சமஸ்கிருத இந்து மதத்தை அவற்றின் வேராக அடையாளம் கண்டார்.

சுவாரஸ்யம் என்னவென்றால், சில வலதுசாரிகள் அம்பேத்கரை பெரியாருக்கு எதிரானவராகச் சித்திரிக்கும் முயற்சியில் ஈடுபட்டனர். தமிழ்நாட்டைச் சேர்ந்த அரவிந்தன் நீலகண்டன் என்ற எழுத்தாளர், பெரியாரை தேசவிரோதியாகவும் அம்பேத்கரை சமஸ்கிருத ஆதரவாளராகவும் நிறுவ முயற்சி செய்து வருகிறார். பெரியாரை காலனி ஆதிக்கத்தின் முட்டாள் கைக்கூலி என விமர்சிக்கும் சுப்பிரமணியன் சுவாமி, அம்பேத்கரை மகரிஷி என்று அழைக்க வேண்டும் எனக் கூறி வருகிறார். சென்னை ஐஐடியில் அம்பேத்கர்-பெரியார் வாசகர் வட்டம் சம்பந்தமான சர்ச்சை* எழுந்தபோது சுதந்திரப் போராட்ட வீரரான அம்பேத்கரின் பெயரோடு தேசவிரோதியான பெரியாரின் பெயர் இடம் பெறக்கூடாது என்று பேசினார் பாஜகவின் தமிழகத் தலைவர்களில் ஒருவரான ஹெச்.ராஜா.

அம்பேத்கர் மீதான வலதுசாரிகளின் நேசம் பல சுயநல உள்நோக்கங்களைக் கொண்டது. முக்கியமாக தலித்களைத் தங்களது வட்டத்துக்குள் கிரகித்துக் கொள்ளும் வியூகத்தின் வெளிப்பாடு. ஆனால், அவர்களுக்குள் தகிக்கும் பெரியார் வெறுப்பானது, இந்திய அரசின் உண்மைத்தன்மையை விமர்சித்த ஒரு கலகக்காரத் தலைவர் மீதானது. பெரியாருக்கும் அம்பேத்கருக்கும் கல்வி, பெண்ணுரிமை, சாதி ஒழிப்புபோன்ற தளங்களில் அதிகக் கருத்தொற்றுமைகள் உள்ளன. இந்துமதத்தின் மீதான பெரியாரின் விமர்சனத்தைவிட அம்பேத்கரின் விமர்சனமும் நிராகரிப்பும் கோட்பாடு ரீதியாக ஆழமானது என்று ஒருவரால் சொல்லமுடியும். ஆனால் தேசம்-அரசு மற்றும் அதன் கருத்தியலை பெரியார், அதில் உள்ள போலியான மதச்சார்பு மற்றும் சாதியத் தன்மைகளுக்காகக் கடுமையாக எதிர்த்தார். இதனாலேயே அவர்தீண்டப்படாதவராகவும் தேசவிரோதியாகவும் பார்க்கப்படுகிறார்.

இந்த வார்த்தைகளைப் பாருங்கள்:

> இந்து சமூகம் என்று ஒன்று இல்லவே இல்லை. அது சாதிகளின் ஒரு தொகுப்பே ஆகும். (...) உண்மையில் ஓர் உன்னத இந்து என்பவன் ஒரு வளைக்குள் வாழும் எலி போலத்தான். எவருடனும் தொடர்பற்று வாழ்ந்திருக்க வேண்டும்.(...) இந்து உணர்வு என்ற ஒன்றே இல்லை. இந்துக்கள் ஒரு சமூகம் என்றோ தேசம் என்றோ அழைக்கப்பட முடியாததற்கு அதுவே காரணம். ஆனால் இந்துக்கள் ஒரு தேசம் அல்ல. அவர்கள் பல்வேறு பட்ட மக்களின் கூட்டம் என்பதை ஒப்புக்கொள்ள தமது தேசபக்தி தடைசெய்யும் இந்துக்கள் இருக்கிறார்கள்.

சுப்பிரமணியன் சுவாமி, ஹெச்.ராஜா ஆகியோரின் வரையறைப்படி இதைச் சொன்னவருக்கு தேசவிரோதி பட்டம் அளிக்கவேண்டும். ஆனால், இது பெரியாரின் வார்த்தைகள் அல்ல. இந்த வார்த்தைகளுக்கு சொந்தக்காரர் தலித்களின் அடையாளமும் இந்துத்துவ வலதுசாரிகள் தங்கள் வசமாக்கிக்கொள்ளத் துடிக்கும் ஆளுமையுமான அம்பேத்கர். அவர், தன்னுடைய 'சாதியை அழித்தொழித்தல்' நூலில் இந்துக்கள் என்கிற வரையறையையும் இந்தியா ஓர் ஒற்றை தேசம் என்கிற கருத்தையும் நிராகரித்தார். பெரியார் இந்தக் கருத்தின் முக்கியத்துவத்தை உணர்ந்து அதனை மொழிபெயர்த்து அந்தப் பிரதியைப் பெருந்திரளான மக்களுக்கு விநியோகித்தார். மேலும் இந்த வாதத்தை அடுத்த கட்டத்துக்கு எடுத்துச் சென்ற பெரியார் இந்தியத் துணைக்கண்டத்தில் அமைந்திருக்கும் பல்வேறு தேசியங்களின் சுய நிர்ணய உரிமைகள் குறித்துப் பேசினார். சட்டத்தைத் தாங்கி நிற்கும் இந்திய தேசத்துக்கு பெரியார் விடுத்த இந்தச் சவாலை வலதுசாரிகளால் சகித்துக்கொள்ள முடியவில்லை.

பெரியாரோடு வம்பு வளர்க்கும் வேலையை சுப்பிரமணியன் சுவாமி போன்றவர்கள் மட்டும் செய்வதில்லை. சமீபத்தில் 'வயர்' இணையப் பத்திரிகையில் எழுத்தாளர் பி.ஏ.கிருஷ்ணன் எழுதிய கட்டுரை ஒன்றில் அம்பேத்கரை வியக்கத்தக்க அறிஞர் என்றும் பெரியாரைத் தெருச் சண்டைக்காரர் என்றும் குறிப்பிட்டிருந்தார். மேலும் பி.ஏ.கிருஷ்ணன் பெரியாரை பாசிசக்கூறுகளைக் கொண்டிருந்தவர் என்று கூறியிருந்ததைக் குறிப்பிடவேண்டியதில்லை. வலதுசாரிகள் மட்டுமில்லாமல் சில தாராளவாத இடதுசாரிகளும், பெரியார் காலனிய ஆதரவாளர் என்றும், இடைநிலை சாதிகள் முன்னெடுக்கும் வன்முறைக்கு எதிராக அவர் நிற்கவில்லை என்றும், தலித் மக்களின் தேவைகளுக்கு போதிய கவனத்தைத் தரவில்லை என்றும் அதோடு சமூக- பொருளாதார, சீர்திருத்தங்கள் மீது கவனம்கொள்ளாதிருந்தார் எனவும் பெரியார் மீது விமர்சனத்தை முன்வைக்கின்றனர்.

பெரியாரும் பாசிசமும்

பெரியாரின் அரசியல் இனவாதச் சிந்தனையுடன் இருந்ததா? தனது இனமே மேன்மையானது என்றும் தனித்தன்மை வாய்ந்தது என்றும் அவர் எண்ணினாரா?

1950ம் ஆண்டு 'தி இந்து' பத்திரிகையில் வெளியான கட்டுரையில் பெரியாரே விளக்கமளித்துள்ளார்: 'ஜெர்மனியின் நாஜி தலைவர் மறைந்த ஹிட்லர் முன்வைத்த இனக்கோட்பாடுகளை நான் நம்புகிறவன் இல்லை. தென்னிந்திய மக்களை எந்த ரத்தப் பரிசோதனை செய்தும் இரண்டு இனமாகப் பிரிக்க முடியாது. அப்படிச் செய்வது தற்கொலைக்கு ஒப்பான முயற்சி மட்டுமல்ல மிகவும் பிற்போக்குத்தனமானதும்கூட.' மேலும் அதற்கு முன்பாகவே, அப்போதைய காங்கிரஸ் அரசு தொழிற்சங்க நடவடிக்கைகளை அடக்கியதையும், இந்தி பேசாத மக்களிடம் இந்தியைத் திணிக்க முயன்றதையும் பெரியார் குறிப்பிடும்போது, ஹிட்லர் அரசுபோல் காங்கிரஸ் அரசு செயல்படுவதாகத் தன்னுடைய குடியரசு பத்திரிகையில் விமர்சித்துள்ளார்.

பெரியார் முன்மொழிந்த திராவிட அடையாளம் என்பது இன மேன்மையையோ இனத் தனித்தன்மையையோ முன்னிறுத்தி உருவாக்கப்பட்டதில்லை. உண்மையில் திராவிடம் என்கிற அடையாளத்தின் மூலம் உலகம் முழுவதும் சமூகரீதியாகவும், பொருளாதாரரீதியாகவும் ஒடுக்கப்பட்ட மக்களை ஒரு குடையின் கீழ் கொண்டுவந்தார். ஒரு கட்டத்தில் பாலஸ்தீனியர்களை அரபு திராவிடர்கள் என பெரியார் குறிப்பிட்டார். தனது காலம் முழுவதும் உடல்ரீதியான வன்முறையையும் சமூகக்கட்டமைப்புரீதியான வன்முறையையும் தொடர்ந்து கேள்விக்கு உட்படுத்தி, அவற்றுக்கு எதிராகத் தொடர்ந்து உரையாடல் மூலமாகவும் விவாதங்கள் மூலமாகவும் செயலாற்றி வந்தவர் பெரியார். மேலும் இனம் மற்றும் தேச வரையறைகளைக் கடந்து அடக்குமுறைகளுக்கு எதிராகப் பேசியும் எழுதியும் வந்த ஒருவரை பாசிஸ்ட் எனச் சொல்லுவதன் மூலம் பாசிஸ்ட் என அவர்களால் கூறப்படும் பெரியாரைவிடப் பெரியாரைக் குற்றம்சாட்டியவர்கள் பாசிஸ்டுகளாக அம்பலப் படுகிறார்கள்.

பார்ப்பனியத்தில் இருந்து பார்ப்பனர்களைப் பிரித்துக் கூறாமல் பார்ப்பனியத்தைக் குறிக்கும் இடங்களில் பார்ப்பனர் என்றே கூறியதற்காக பெரியாரை பாசிஸ்ட் எனக் கூறிவிட முடியாது. அம்பேத்கர்கூட 'வைதீக பார்ப்பனர்கள் என்றும் மதச்சார்பற்ற

பார்ப்பனர்கள் என்றும் வேறுபடுத்துவதில் எந்தப் பயனும் இல்லை' எனப் பதிவு செய்திருக்கிறார். இக்கருத்தை அதிகாரக் கட்டமைப்புக்கு மேல் வைக்கப்பட்ட கேள்வியாகப் பார்க்கவேண்டுமே அன்றி அடக்குமுறைக்குள் உள்ளான சமூகங்களின் இனவெறியாகப் பார்க்கக் கூடாது. மேலும் இதனை அடக்குமுறை குறித்து அடக்குமுறையால் பயன்பெறுபவர்களின் கருத்தை அறிய அடக்குமுறைக்குள்ளாகும் சமூகங்கள் பயன்படுத்தும் யுக்தியாகவே இந்த வார்த்தைகளைப் பார்க்க வேண்டும்.அமெரிக்க உள்நாட்டு உரிமை இயக்கத்தின்போது மால்கம் எக்ஸ்போன்ற தீவிரச் செயல்பாட்டாளர்கள் மட்டுமல்லாமல் மார்டின் லூதர் கிங், ஜேம்ஸ் பால்ட்வின்போன்ற மிதவாதிகளும்கூட வெள்ளை இனவெறி என்ற வார்த்தைகளுக்குப் பதிலாக வெள்ளை இன மக்கள் எனப் பயன்படுத்தியதையும், தென் ஆப்பிரிக்காவில் இனவெறியை எதிர்த்துப் போராடிய ஸ்டீவ் பிக்கோவும் இதேபோன்ற பதத்தைப் பயன்படுத்தியதையும் கருத்தில்கொள்ளவேண்டும்.

வெள்ளை இன மக்கள் அனைவரையும் இனவெறியர்களாகச் சித்திரிக்க வேண்டும் என்பதல்ல அவர்களின் நோக்கம்/ வெள்ளை இனவெறியால் யார் அதிகமாகப் பயனடைந்தார்கள் என்பதை அடையாளம் காட்டுவதும், யார் சமூகம் மற்றும் அரசியல் தளங்களில் அதிகப் பொறுப்பை ஏற்றுக்கொள்ளவேண்டும் என்பதைக் காட்டுவதுமே அவர்கள் நோக்கம். இந்த இடத்தில், ஆண்கள் மற்றும் ஆணாதிக்கம் ஆகிய வார்த்தைகளை மாற்றிப் பயன்படுத்துவதால் ஃபெமினாஜிகள் என முத்திரை குத்தப்படும் பெண்ணியவாதிகளையும் நாம் கணக்கில் எடுத்துக்கொள்ளவேண்டும்.

பெரியாரும் காலனியவாதமும்

பெரியார், இந்தியா காலனியாதிக்கத்தில் நீடிப்பதா சுதந்திரம் பெறுவதா என்ற விவாதத்துக்குள் தன்னை சுருக்கிக்கொள்ளவில்லை, மாறாக எது சுதந்திரம் என்பதை அவர் கேள்விக்குள்ளாக்கினார். அதில் யாரெல்லாம் பயன்பெறுவார்கள், யாரெல்லாம் பயனடைய மாட்டார்கள் என ஆய்ந்தார். பிரிட்டிஷ் அரசாங்கம் ஒரு மோசமான அரசாங்கம் என்பதை உணர்ந்திருந்த பெரியார் இந்தியாவுக்கு சுதந்திரம் கிடைத்த பிறகு அது பிராமணிய ஆதிக்கத்துக்குள் சென்றுவிடும் என நம்பினார். மேலும் பார்ப்பனிய ஆதிக்கத்தைத் தகர்ப்பதற்கான வழிமுறைகளைச் செய்யாமல் சுதந்திரம் வழங்கப்பட்டால் அது பிரிட்டிஷ் ஆட்சியைவிட மோசமானதாக இருக்கும் என்ற முடிவுக்கு வந்தார். இதன்மூலம் பெரியார் காலனியத்தை ஆதரித்தார் என்று கூறமுடியாது.

காலனியம் இந்தியாவைக் கொள்ளை அடித்ததையும் அதிகாரத்தில் இருக்கும் உயர் சாதியினருடன் கைகோர்த்துக் கொண்டு அவர்களது கரங்களை வலுப்படுத்தியதையும் கடுமையாக விமர்சித்தார். மேலும் காலனி ஆட்சியைத் தங்களுக்கு சாதகமாகப் பயன்படுத்திக்கொண்ட உள்நாட்டு மேல்சாதி மக்களைச் சாடவும் அவர் தவறவில்லை. காலனிய எதிர்ப்புச் செயல்பாட்டாளர்களான ஃப்ரான்ட்ஸ் ஃபனோன் மற்றும் அமில்கர் கேப்ரல் போன்றோரும்கூட தங்களது உள்நாட்டு ஆதிக்க சக்திகள் குறித்து இதுபோன்ற கருத்தை வெளிப்படுத்தியுள்ளனர்.

ஒரு மனிதரின் வார்த்தைகள் அவருடைய உள்ளத்தை வெளிப்படுத்தும் என்றால் 1933 நவம்பரில் பெரியார் தொடங்கிய 'புரட்சி' என்கிற பத்திரிகையை அறிமுகப்படுத்தும்போது எழுதிய இந்த வார்த்தைகள் கவனத்தில் எடுத்துக்கொள்ள வேண்டியவை:

> வெள்ளை முதலாளிகளை ஒழித்துக் கருப்பு முதலாளிகளைக் காக்கும் வேலைக்கு இன்று 'புரட்சி' வெளிவரவில்லை. அல்லது வெள்ளை ஆட்சியை ஒழித்துக் கருப்பு ஆட்சியை ஏற்படுத்த 'புரட்சி' தோன்றவில்லை. அதுபோலவே இந்து மதத்தை ஒழித்து, இஸ்லாம், கிறிஸ்து மதத்தைப் பரப்ப 'புரட்சி' தோன்றியதல்ல.
>
> சகல முதலாளி வர்க்கமும், சர்வ சமயங்களும் அடியோடு அழிந்து, மக்கள் யாவரும் சுயமரியாதையுடன் ஆண் பெண் அடங்கலும் சர்வ சமத்துவமாய் வாழச் செய்யவேண்டும் என்பதற்காகப் புரட்சி செய்யவே 'புரட்சி' தோன்றியிருக்கிறது.

பெரியாருக்கு சோசலிசத்தின் மீது உண்மையான ஈடுபாடு இருந்ததோடு சோவியத் யூனியன்மீது அவருக்கு ஓர் ஈர்ப்பு இருந்தது. காவிரி டெல்டாவில் நிலவுடமைக்கு எதிரான போராட்டங்களில் கம்யூனிஸ்ட்களோடு பெரியாரிய இயக்கத்தைச் சேர்ந்தவர்களும் கலந்து கொண்டார்கள். சொல்லப்போனால் கீழ்வெண்மணிப் படுகொலைக்குக் காரணமான கோபால கிருஷ்ண நாயுடுவை கொலை செய்த வழக்கில் கைது செய்யப்பட்டவர்களில் பெரியாரை ஆதர்சமாக கொண்டவர்களும் இருந்தனர். பெரியார், காலனியம் ஒழிய வேண்டும் என்று கருதினாலும் காலனியம் உடனடியாகவோ சிறிது காலம் கழித்தோ கண்டிப்பாகத் தூக்கி எறியப்படும் என்று நம்பினார். அதே நேரம் மிகவும் பழமை வாயந்த ஒடுக்குமுறையான சாதியக் கட்டமைப்பு, புதிய வீரியத்துடன் நவீன அரசிலும் தழைத்து ஓங்கும் என்று கருதினார். கம்யூனிசக் கொள்கைகளில் நம்பிக்கை கொண்டிருந்த அவர், சாதியை ஒழித்தாலே கம்யூனிசத்துக்குப் பாதி வெற்றி கிடைத்துவிடும் என்று நம்பினார்.

பெரியாரும் இடைநிலை சாதிகளும்

பெரியார் பார்ப்பனியத்தை சமரசமில்லாமல் எதிர்த்தார். அவரது வாழ்நாள் முழுவதும் பார்ப்பனர்களுக்குச் சடங்குகளில் வழங்கப்பட்ட மரியாதை, இந்து மதம் அவர்களுக்கு வழங்கிய சலுகைகள், அவர்களது சாதித் தூய்மை, சாதியக் கட்டமைப்பைக் காப்பதில் அவர்களுக்கு இருக்கும் பங்கு, அரசு இயந்திரத்தின் மீது பார்ப்பனர்கள் செலுத்திய ஏகபோக உரிமை, ஆணாதிக்கத்தைச் செயல்படுத்துவதில் அவர்களுக்கு இருந்த பங்கு.. போன்றவற்றுக்கு எதிரான வலுவான வாதங்களை பெரியார் தன் வாழ்நாள் முழுவதும் முன்வைத்திருக்கிறார்.

பார்ப்பனியம் ஒரு சித்தாந்தமாக பார்ப்பனர்களிடமும் பார்ப்பன ஆதரவாளர்களிடமும் விதைக்கப்பட்டுள்ள நிலையில் பொது வட்டத்தில் இருக்கும் அளவுக்கதிகமான பார்ப்பனிய பிரதிநிதித்துவத்தை உடைத்தெறியாமல் விடுதலை அரசியல் என்பது சாத்தியமில்லை. ஆனால் பெரியார் இங்கே தட்டையான அடையாள அரசியலைப் பேசவில்லை; மாறாகச் சுயமரியாதைக்குத் தகுதியான மனிதர்களைத் தரம் தாழ்த்தி மழுங்கடித்து, குறுகிய சாதிக் கொத்துகளாகப் பிரித்து அவர்களுக்குள் சண்டை மூட்டி, அதன் மூலம் உச்சாணிக் கொம்பில் இருந்து பலனடையும் பார்ப்பனியத்தை அவர் குற்றம் சாட்டினார். மேலும் ஒவ்வொரு சாதியும் மற்ற சாதியினரை அடக்கிக் கீழே தள்ளிவிட்டு மேலே வர முயலும் பிரச்னை குறித்தும் அவருக்குத் தெரிந்தே இருந்தது.

1925 ஆம் ஆண்டு வகுப்புவாரி பிரதிநிதித்துவம் இடைநிலை சாதிகளை விட தலித்களுக்கே அதிகம் தேவை என்பதை பெரியார் வலியுறுத்தினார். இந்த நிலைப்பாட்டில் இருந்து அவர் தவறாமல் இருந்ததோடு பார்ப்பனர்கள் மற்ற சாதியினரின் மீது செலுத்திய சாதிய அடக்குமுறையை விட பார்ப்பனரல்லாத மக்கள் தங்களுக்குள் கொடுமையான சாதிய அடக்குமுறைகளைப் பின்பற்றுவதையும் பாரபட்சமின்றிக் கடுமையாக விமர்சித்தார். மேலும் பெரியார் பார்ப்பனரல்லாதவர்களை சாதி மதச் சார்பற்றவர்களாக்குவதில் உள்ள பிரச்னையை முழுமையாக உணர்ந்திருந்தார்.

பார்ப்பனரல்லாத இடைநிலை சாதிகளைச் சேர்ந்தவர்கள் சமூகப் படிநிலைகளில் தாங்கள் தலித்களைவிட உயர்ந்தவர்கள் என்கிற கருத்தோடு தலித்களை எவ்வாறு அணுகினார்கள் என்பதையும் அறிந்திருந்தார். அதேபோல் ஆயிரக்கணக்கான இடைநிலை சாதி மக்கள் கூடியிருக்கும் கூட்டத்தில் கலந்துகொள்ளும் பெரியார் இடைநிலை சாதிகள் தலித்கள் மீது ஆதிக்கம் செலுத்துவது குறித்து

மிகவும் காத்திரமாக உரையாற்றி இருக்கிறார். உண்மை இப்படி இருக்க பெரியார் பார்ப்பனரல்லாத உயர்சாதியினரை மட்டுமே பாதிக்கப் பட்டவர்கள் எனக் கருதியதாகக் கூறுவது அறிவுச் சோம்பேறித்தனம் மட்டுமின்றி வரலாற்றுரீதியில் பிழையான கருத்தாகும்.

சாதிய ஒடுக்குமுறையின் சித்தாந்த மூலமாக பார்ப்பனியம் இருப்பதையும் அதன் பெரும்பயனாளர்களாக பார்ப்பனர்கள் இருப்பதையும் பெரியார் கண்டுகொண்டார். இதனைக் கொண்டு, பார்ப்பனரல்லாதோர் தலித்களுக்கு எதிராகச் செய்த குற்றங்களுக்கு ஆதரவான வழக்கறிஞராகச் செயல்பட்டார் என்று கூறமுடியாது. 'சாதியை அழித்தொழித்தல்' நூலில் அம்பேத்கர் கூறியுள்ள 'எல்லோரும் சாதி அமைப்பின் அடிமைகள் தான்; ஆனால் எல்லா அடிமைகளும் சம அந்தஸ்தில் இருப்பவர்கள் அல்ல' என்ற கருத்தை பெரியார் முழுவதும் ஏற்றுக்கொண்டிருந்தார்.

தலித் விவகாரங்களில் அவர்களுக்கு இருக்கும் தனிப்பட்ட பிரச்னைகளை பெரியார் உணராமல் இருந்தார் என்கிற குற்றச்சாட்டுகளுக்கு மாறாக; தலித்களுக்கு ஆதரவாகவே இருந்தார். இடைநிலை சாதியினருக்கும் தலித்களுக்கும் பிரச்னை ஏற்பட்ட தருணங்களில் எல்லாம் தலித்களின் பக்கமே பெரியார் நின்றிருக்கிறார். உதாரணத்துக்கு 1957ம் ஆண்டு தென்மாவட்டங்களில் பெரும் பான்மையான சமூகமாகத் திகழும் தேவர் சமூகத்தினருக்கும் பள்ளர் எனும் தலித் சமூகத்தினருக்கும் இடையே பிரச்னை எழுந்தபோது தலித்துகளுக்கு ஆதரவாக நின்றார் பெரியார். மேலும் தேவர் சமூகத்தின் தலைவராகத் திகழ்ந்த முத்துராமலிங்கத் தேவரை 'சமூக விரோதி' என்று விமர்சித்த பெரியார் அவரைக் கைது செய்ய வேண்டுமென அப்போதைய முதல்வர் காமராஜரை வலியுறுத்தினார். இது ஏன் குறிப்பிடும் அளவுக்கு முக்கியத்துவம் வாய்ந்தது என்றால் அக்கால கட்டங்களில் முத்துராமலிங்கத் தேவர் தென்மாவட்டத்தில் இருந்த வலிமையான அரசியல் தலைவர் மட்டுமல்ல; அந்தப் பகுதிகளில் அதிக எண்ணிக்கையில் உள்ள அவரது சாதியினரால் கடவுளாகப் பார்க்கப்பட்டவர். அவரை எதிர்ப்பதன் மூலம் அந்த சாதி மக்களின் ஆதரவை இழக்க நேரிடும் என்பதை பெரியார் அறிந்தே இருந்தார். ஆனாலும் தேவர் சாதியினருக்கு எதிராக; பாதிக்கப்பட்ட பள்ளர் மக்களுக்குத் தன் கொள்கையின்பால் நின்று ஆதரவு தெரிவித்தார்.

பெரியாரும் தத்துவமும்

பெரியாரின் பார்ப்பன எதிர்ப்புக் கொள்கையை உயர் வர்க்க பிராமணர்கள் எதிர்ப்பதற்கு ஒரு நீண்ட வரலாறு இருக்கிறது.

பெரியாரின் தீவிர சமூக சீர்திருத்தத் திட்டங்களுக்கு இந்து வலதுசாரிகளிடமிருந்தும் அவர்களுக்கு வக்காலத்து வாங்குகிறவர் களிடம் இருந்தும் எந்தச் சான்றிதழும் தேவையில்லை. எனினும், இந்த இடத்தில் திராவிட அறிவுஜீவிகள் மட்டுமின்றி சமூக நீதியின் மீது அக்கறை கொண்டுள்ள எவரும் பெரியாரின் பார்ப்பனிய எதிர்ப்பையும் அவரது மொழி அரசியலையும் ஏன் புரிந்துகொள்ளவேண்டும் என்பதைப் பட்டியலிட விரும்புகிறோம்.

பெரியாரின் சமூக சீர்திருத்தம் என்பது உயர்குடி அல்லாதோரிடையே சித்தாந்த விழிப்புணர்வை ஏற்படுத்துவதன் மூலம் அடக்குமுறை களுக்கு எதிராக அவர்களைச் செயல்படச் செய்வதாக இருந்தது. துண்டாடப்பட்டிருந்த உயர்குடி அல்லாதோரின் வரலாறு, சமூகம் மற்றும் அரசியல் நிலைகளில் பெரியார் ஆழமான பார்வையையும் நீண்ட செயல்பாடுகளையும் கொண்டிருந்தார். மேலும் அவர்களின் 'பொதுப் புத்தி'** (கிராம்சியன் சொல்) மற்றும் மொழி ஆகியவற்றின் மூலம் உயர்குடி அல்லாதோரை ஒன்றிணைத்து அணிதிரட்டினார். அதற்காக அவர் உயர்குடி அல்லாதோரின் மொழியையோ உலகம் குறித்த அவர்களது கண்ணோட்டத்தையோ கொண்டாடவுமில்லை. நடுத்தர வர்க்கத்தின் கீழ்படிதல், பணிந்து போதல்போன்ற நல்லொழுக்கங்களை உயர்குடி அல்லாதோர் மீது திணிக்கவுமில்லை. அதேபோல் வெளியில் இருந்து உலகக் கண்ணோட்டத்தையும் அவர்கள் மீது பெரியார் திணிக்கவில்லை.

ஆனால் பெர்னாட் ஷா, பெர்ட்ராண்ட் ரஸ்ஸல், இங்கர்சால்போன்ற பகுத்தறிவு சிந்தனையாளர்களின் கருத்துகளைத் திரட்டி அளித்து உயர்குடி அல்லாதோருக்கு விழிப்புணர்வை ஊட்ட முயன்றார். விழிப்புணர்வின் பாதுகாவலராக இருந்த பெரியார், உயர்குடி அல்லாதோர் தங்களை ஆன்மிக இந்துத்துவத்திடமும், சாதிய பாகுபாடுகளிடமும் ஒப்படைப்பதற்குப் பதிலாக, தங்கள் இழிநிலைக்குக் காரணமான வரலாறு மற்றும் அரசியல் பின்புலங்களை உணர்ந்துகொள்ளவேண்டும் என விரும்பினார்.

தமிழின் தொன்மை குறித்து உயர்வாகப் பேசும் பார்ப்பனரல்லாத உயர்சாதி அறிவுஜீவிகளை விமர்சனம் செய்யும்போது, இதுபோன்ற அறிவுஜீவி நடவடிக்கைகள் மக்களின் அன்றாட வாழ்கையிலும் அனுபவங்களிலும் நிகழ்த்தவேண்டும் என்பதை அவர்களுக்கு நினைவுபடுத்திக்கொண்டே இருந்தார். பார்ப்பன ஆதிக்கத்துக்கு எதிரான சக்தி வாய்ந்த சவாலாக உயர்குடி அல்லாதோரின் உலகத்தைப் பார்த்தார். அவரைப் பொறுத்தவரையில் சமூக சீர்திருத்தம் என்பது பொதுப் புத்திக்கு வெளியே நடைபெறக்கூடியது அல்ல. இத்தகைய

நடவடிக்கைகளின் நிலையில்லாத்தன்மையையும் முரண்பாடுகளை யும் கண்டு அவர் கவலைகொள்ளவில்லை, ஏனெனில் மொழியை நிலைநிறுத்துவது என்பது உயர்குடி அல்லாதோரின் பொது புத்தியைத் தூக்கி எறிவதல்ல; மாறாக அவர்களுக்கு விழிப்புணர்வு ஊட்டி அவர்களுக்கான தத்துவவாதிகளாக அவர்களையே மாற்ற உதவும் நடவடிக்கை என பெரியார் நம்பினார்.

பெரியாரின் தத்துவம் என்பது பார்ப்பனத் தத்துவங்களின் மீது நேரடியான தாக்குதலைத் தொடுத்தது. அவரைப் பொறுத்தவரை தத்துவம் என்பது பார்ப்பனர்களின் குறிப்பிட்ட அறிவுசார் நடவடிக்கை இல்லை. அதில் அவர்கள் தனித்துவமானவர்களோ அல்லது மக்களை விட நிபுணத்துவம் பெற்றவர்களோ இல்லை. பார்ப்பனிய தத்துவம் என்பது வெளியில் இருந்து புகுத்தப்பட்ட, மக்களின் பொதுப்புத்திக்கு ஒவ்வாத ஒன்று என்று அவர் உயர்குடி அல்லாத மக்களுக்குப் புரியவைக்க முயன்றார். மேலும் அவர் மொழி குறித்த பார்ப்பனிய கருத்துகளை நிராகரித்ததோடு இராமாயணம், மகாபாரதம் போன்றவற்றை ஒதுக்கி மக்களும் அவற்றைப் புறக்கணிக்கவேண்டும் என வலியுறுத்தினார்.

மக்களுக்கு ஜனநாயகம் மற்றும் விடுதலையை வழங்கக் கூடிய கூறுகள் இல்லாத காரணத்தால் இந்தியையும் சமஸ்கிருதத்தையும் பெரியார் விமர்சித்தார். அதற்கு இணையாக அவர் தமிழையும் புனிதப்படுத்தப் பட்ட தமிழர் வரலாறையும் விமர்சித்திருக்கிறார். தமிழ் இலக்கியங்களில் பெண்கள் குறித்தும், ஒடுக்கப்பட்ட சாதியினர் குறித்தும் கீழ்த்தரமான வார்த்தைகள் இருப்பதுடன் போதுமான பகுத்தறிவு கருத்துகள் இல்லாததைச் சுட்டிக்காட்டித் தமிழ் தூய்மை யாளர்களை பெரியார் கண்டித்துள்ளார். சில இடங்களில் அவர் தமிழர்களைத் தங்கள் மொழியைக் கைவிட்டு ஆங்கிலத்தைக் கற்றுக்கொள்ளவேண்டும் என்று கூறியிருக்கிறார்.

மக்களுக்குத் தேவையான விழிப்புணர்வை ஊட்டி அவர்கள் ஒடுக்கப் பட்ட நிலையில் இருந்து மீண்டு வர உதவும் வகையில் மாற்றியமைக்கப்பட்ட மொழிக்கு அவர் எப்போதும் ஆதரவு தெரிவித்தார். அவர் ஒரு 'புதிய பொது புத்தி' என்கிற ஆண்டனியோ கிராம்சியின் கோட்பாட்டின் படி நின்றார்.

பெரியார் தன்னை சுய விமர்சனத்துக்கு உட்படுத்தாமல் இருந்திருந்தால் இவை எல்லாம் சாத்தியமாகி இருக்காது. பெரியார் தன்னுடைய சொந்த வாழ்க்கையையும், வரலாறையும், பரந்துபட்ட அறிவையும், ஆதிக்க மற்றும் உயர்குடி அல்லாத சாதியினரோடு தான் கடைப்பிடித்து வந்த

உறவையும் தொடர்ந்து மீண்டும் மீண்டும் மீளாய்வு செய்துகொண்டே இருந்தார். உயர்குடி அல்லாதோரின் பொது புத்தியோடும் அவர்களது உலகத்தில் உள்ள முரண்களோடும் தொடர்ந்து பெரியார் இயங்கியிருக்காவிட்டால் இந்த சுயமீளாய்வு நிகழ்ந்திருக்காது.

இறுதியாக, பெரியார் குறித்த முடிவுக்கு வருவதற்கு பி.ஏ.கிருஷ்ணன் தேர்ந்தெடுத்து இருக்கும் வார்த்தைகள் பெரும் கேள்வியை எழுப்புகிறது. பெரியாரின் எழுத்துகளும் பேச்சுகளும் நாற்பது தொகுதிகளாக இருக்கின்றன. அதிலிருந்து பெரியாருடைய சில வார்த்தைகளை மட்டும் எடுத்து, அவரை இனவாதியாகவும், காலனியத்துக்கு அடிபணிபவராகவும், நிலப்பிரபுத்துவத்தை ஆதரிப்பவராகவும் இன்னும் எதுவாக வேண்டுமானாலும் சித்திரிக்க ஒருவரால் முடியும். உலகின் தலை சிறந்த சிந்தனையாளர்களின் அனைவரது எழுத்துகளையும் இதுபோலத் தனித் துணுக்குகளாக மேற்கோள்காட்டி அதன்வழி அவர்கள் கூறிய கருத்தின் உள் அர்த்தத்தைத் திரித்தும் அது பேசப்பட்ட சூழலின் தன்மைக்கு வெளியே அவற்றை சித்திரித்தும் அவர்களைத் தவறானவர்களாகக் காட்ட முடியும். இங்கே நரேந்திர மோடி அம்பேத்கரை நவீன மனு எனச் சொன்னது கவனிக்கத்தக்கது. பெரியாருடைய முக்கிய எழுத்துகளின் சிறந்த ஆங்கில மொழி பெயர்ப்புகள் இல்லாதது இது போல் அவரைச் சுற்றிக் கட்டுக்கதைகளைத் தமிழ் அல்லாத மொழிப் பத்திரிகைகளில் கட்டிவிடச் சிலருக்கு ஏதுவாக இருக்கிறது. இந்த நிலையில் அவருடைய தொகுதிகள் அனைத்தும் உலகளாவிய வாசகர்களுக்குச் சென்று சேர்க்கும் பணி விரைவில் தொடங்கப்பட வேண்டும் என்று கருதுகிறோம்.

(எஸ்.வி. ராஜதுரை, எம். விஜயபாஸ்கர், கலையரசன் ஆகியோர் அளித்த தகவல்களுக்கு நன்றி).

செப்டெம்பர் 30, 2017

(* இறைச்சிக்காக மாடுகளை விற்பனை செய்யத் தடை விதித்துக் கடந்த 2017 மே 23 ஆம் தேதி மத்திய அரசு அறிவித்திருந்ததை அடுத்து சென்னை ஐ.ஐ.டி. வளாகத்தில் அம்பேத்கர்-பெரியார் வாசகர் வட்டம் சார்பில் மாட்டுக்கறி உண்ணும் போராட்டம் நடைபெற்றது. இதில் கலந்து கொண்ட மாணவர் ஒருவர் மீது சிலர் கொடூரத் தாக்குதல் நிகழ்த்த, அது மிகப்பெரிய சர்ச்சையாக உருவெடுத்தது. அதன் விளைவாக அம்பேத்கர்-

பெரியார் வாசகர் வட்டம்தடை செய்யப்பட்டுப் பின்பு பேச்சு வார்த்தைக்குப் பின் தடை நீக்கப்பட்டது.)

** இத்தாலிய தத்துவவாதியான அண்டோனியோ கிராம்ஷி (1891-1937) மார்க்சிய சிந்தனையாளர்களில் மிகவும் முக்கியமானவர். கலாச்சார மேலாதிக்கம் என்கிற கருத்தாக்கத்துக்காகப் பெரிதும் அறியப்படும் கிராம்ஷியின் 'பொது புத்தி' கருத்தாக்கம் முக்கியமானதாகப் பார்க்கப்படுகிறது. மேலாதிக்கம் என்பது வன்முறை, உருவாக்கப்பட்ட பொருளாதார ஏற்றத்தாழ்வு, கட்டாயப்படுத்துதல் போன்றவற்றால் மட்டும் நிகழ்வதல்ல. மதம், குடும்பம், கல்வி நிறுவனங்கள் ஆகியவற்றின் வழி மக்களுக்கு ஒரு 'பொது புத்தி'யை உருவாக்கி அதன் மூலம் உயர்குடியைச் சேர்ந்தவர்கள் தங்களது மேலாதிக்கத்தை நிலைநாட்டுவர் என்பது அவரது கருத்து.

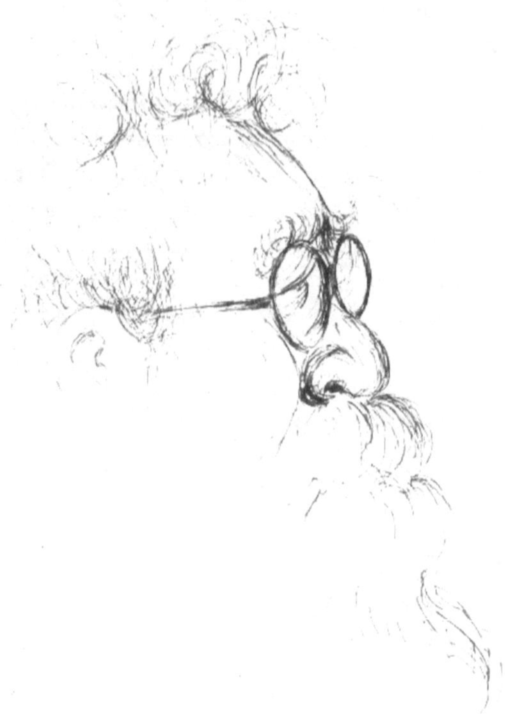

முற்போக்கு சாதி எதிர்ப்பு அரசியலைக் கட்டமைக்க பெரியாரைக் கேள்வி கேட்பது அவசியம்

சாதிய அமைப்பு என்பது எப்போதுமே பல்வேறு மேலாதிக்க சக்திகளின் கூட்டமைப்பாகவே இருந்து வந்திருக்கிறது. அதனைப் பெரியார் உணரத் தவறிவிட்டார்.

என். கல்யாணராமன்

பெரியாரைப் பற்றி 'தி வயர்' பத்திரிகையில் பி.ஏ கிருஷ்ணன் எழுதிய கட்டுரைக்கு கார்த்திக் ராம் மனோகரன், S.ஆனந்தி ஆகிய இரு சமூகவியலாளர்கள் பதில் அளித்திருந்தனர். பெரியாரின் அரசியல் பயணத்தின் சில பகுதிகள் மீதான கிருஷ்ணனின் விமர்சனம், காலம் சென்ற அரசியல் தலைவரின் பெயரைக் கெடுக்கும் நோக்கிலோ அவருக்குப் புது வேடம் அணிவிக்கும் நோக்கிலோ முன்வைக்கப் பட்டதல்ல என்று நம்புகிறேன். மாறாக, தமிழகத்தில் நீடித்திருக்கும் வன்மமான சாதிய ஒடுக்குமுறையை அணுகும் எதிர்க்கக்கூடிய ஒரு ஆரோக்கியமானதும், அசலானதுமான முற்போக்கு அரசியலை நோக்கி நகர்த்தும்விதமாக பெரியார் மீதிருக்கும் சில தீவிரமான மூடநம்பிக்கைகளை, வரலாற்று ஆதாரங்களின் அடிப்படையில் அந்தக் கட்டுரை களைய முயன்றது.

பிராமணர்களை ஒரு சமூகமாகக் குறிவைப்பது

பெரியார், பிராமணிய மேலாதிக்க எதிர்ப்பு என்கிற பெயரில், பெண்கள் உட்பட பிராமணர்களுக்கு எதிராக வெறுப்பை உமிழ்ந்தார் என்பதற்குப் போதுமான, சொல்லப்போனால் தேவைக்கு அதிகமான, ஆதாரங்கள் பெரியாரின் தொகுக்கப்பட்ட எழுத்துகளிலேயே இருக்கின்றன. அப்படியிருக்க மனோகரனும் ஆனந்தியும் இந்தப் பிரச்னையை நேரடியாக அணுகாமல் புத்திசாலித்தனமாக விலகுகின்றனர்.

உண்மை என்னவென்றால், 'பிராமணிய மேலாதிக்கம்' என்பது 1920 -ல் இருந்து அரசியல் வழிமுறைகள் மூலம் பின்னுக்குத் தள்ளப்பட்டிருக்கிறது. சுமார் 65% முதல் 70% பிற்படுத்தப்பட்டோரும் வெறும் 3% மட்டுமே பிராமணர்களும் இருக்கும் ஒரு மாநிலத்தில், சுதந்திரத்துக்குப் பின் வயது வந்தோர் அனைவருக்குமே வாக்குரிமை அமல்படுத்தப்பட்டதன் விளைவாக அரசியலில் 'பிராமண ஆதிக்கம்' சிறிது காலத்திலேயே காணாமல் போனது. பெரியாரியவாதிகள் தொடர்ந்து வெறுப்பை உமிழ்வதற்கு எந்தவித கட்டாயமான தேவையும் இருந்திருக்கவில்லை. துரதிருஷ்ட வசமாக, பெரியாரின் மரபில் தோன்றிய இந்த வெறுப்பு உமிழ்தல் மட்டும் 50 ஆண்டுகள்

திராவிடக் கட்சிகள் ஆண்ட பிறகும் இன்றுவரையும் தொடர்ந்து கொண்டேயிருக்கிறது.

பெரியாரியவாதிகள் உண்மையிலேயே முற்போக்கானவர்களாகவும் தாராளவாதிகளாகவும் இருந்திருந்தால், பெரியார் தொடர்ந்து நாற்பது ஆண்டுகளாகச் செய்ததையெல்லாம் விரும்பத்தகாதவை, தவறானவை என ஏற்றுக் கொண்டிருப்பர். மேலும் அதுபோன்ற ஒரு குறிப்பிட்ட சமூகத்துக்கு எதிரான வெறுப்பு உமிழ்தலுக்கு, நிகழ்கால அரசியலில் இடமில்லை எனவும் அறிவித்திருப்பர். அப்படி இல்லாதபோது அவர்களின் கருத்தியலுக்கும், கண்மூடித்தனமாக முஸ்லிம்களை எதிர்க்கும் இந்துத்துவ வெறியர்களுக்கும் வேற்றுமை இல்லை. மிக உயர்ந்ததும், முற்போக்கானதுமான, இனவாத பாகுபாடு என்றும் இனவாதத் துன்புறுத்தல் என்றும் ஒன்றுமே கிடையாது. அவை யெல்லாமே ஒரே விஷம் தான். பெரியாரால் உமிழப்பட்டு இருப்பினும்கூட.

பிராமண மேலாதிக்கம் எனக் கோருவது

உற்பத்தித்திறனை உள்ளடக்கிய சொத்துகளின் உடைமை, வங்கிகளின் உடைமை வழியே நிதி மூலதனத்தை எளிதாக அணுக முடிவது, அரசாங்க முகமைகளிலும், நிர்வாகங்களிலும் தலைமைப் பொறுப்பு வகிப்பது, சமூகப் பிணைப்புகள் மற்றும் வெகுஜன ஊடகங்களைக் கையில் வைத்திருப்பது போன்ற ஆற்றல்களைப் பெற்றிருந்தால் மட்டுமே ஒரு குறிப்பிட்ட சமூகம், ஒரு வர்க்கத்தின் மீதோ அல்லது மற்ற வகுப்புகளின் மீதோ சமூக மேலாதிக்கத்தைச் செலுத்துகிறது என்று அர்த்தம். ஆனால் பொருள் மேலாதிக்கம் எனும் இந்தப் பரந்த கருத்தாக்கத்தைச் சில அருவமான கருத்துகளைப் பேசுவதன் மூலம் பெரியார் தூக்கி எறிந்தார். மேலும் பெரியார் பேசிய கருத்துக்கள் சமூக உண்மையில் இருந்து விலகி இருந்ததோடு மட்டுமல்லாமல் கருத்துச் செறிவையும் கொண்டிருக்கவில்லை.

இதுவரை கடந்த நூறு ஆண்டுகளில், *1917* ஆம் ஆண்டு தமிழ் பிராமணர்களின் ஆதிக்கத்தை எதிர்த்து நீதிக்கட்சி வெளியிட்ட குறிப்பாணை மட்டுமே சில குறிப்பிட்ட அரசு பணியிடங்கள் பிராமண மேலாதிக்கத்தால் நிரப்பப்பட்டுள்ளன என்பதற்கு ஆதாரமாகக் காட்டப்படுகிறது. ஆனால் அந்தக் காலகட்டம் குறித்து நடந்த தீவிரமான மற்ற ஆய்வுகள் வேறுவகையாகக் கூறுகின்றன. இவை Eugene F. Irschick எழுதிய Politics and Social Conflict in South India: The Non-Brahman movement and Tamil Separatism 1916-1929 நூலில் இருந்து எடுக்கப்பட்டவை.

‘இருபதாம் நூற்றாண்டின் தொடக்கத்தில் மெட்ராஸ் மாகாணத்தில் தமிழ் பகுதிகளில் வெள்ளாளர்கள் அதிக நிலம் கொண்டிருந்த நில உடைமையாளர்களாக இருந்தனர். தமிழ் மற்றும் தெலுங்கு மாவட்டங்களில் பலிஜா நாயுடுகள், தெலுங்கு மாவட்டங்களில் கம்மாக்கள், ரெட்டிகள் அதிக நிலம் வைத்திருந்தனர். இதுதவிர தெலுங்கு மற்றும் தமிழ் பிராமணர்களும் குறிப்பிடத்தக்க வகையில் நில உடமையாளர்களாக இருந்தனர். இருப்பினும், இருபதாம் நூற்றாண்டின் முற்பகுதியில் மெட்ராஸ் மாகாணத்தில் இருந்த நில உடமையாளர்களின் சாதி வாரியான விபரங்கள் அடங்கிய முழுப் புள்ளிவிபரப் பட்டியல் என்று எதுவுமில்லை.

ஆனால் 1911 ஆம் ஆண்டில் 35,450 தமிழ் பிராமண ஆண்களில் 11,155 பேர் நிலங்களில் இருந்து தங்களுக்கு வருமானம் வருவதாகக் குறிப்பிட்டுள்ளனர். பெரும் நில உடமையாளர்கள், குறிப்பாக ஜமீந்தார்கள் மற்றும் முக்கிய விவசாயக் குடிகள் என அனைவருமே பிராமணரல்லாத சாதி இந்துக்கள்தான். ஆலை முதலாளிகள் குறித்த 1911 ஆம் ஆண்டு சென்சஸ் புள்ளிவிபரத்தில்கூடப் பிராமணரல்லாத, குறிப்பாக பலிஜா நாயுடுகள், வெள்ளாளர்கள், காப்புகள், நாட்டுக் கோட்டைச் செட்டியார்கள் மற்றும் கோமாட்டிகள்தான் பிராமணர்கள விட அதிக ஆலைகளை வைத்திருந்தனர்.’

இதிலிருந்து பிராமணர்களைப் போலவே மற்ற வகுப்புகளும் சக்திவாய்ந்த சாதிகளாக இருந்தனர் என்பது தெளிவாகிறது. பிரிட்டிஷ் ஆட்சியின்போது குறுகிய காலகட்டத்தில்(1900-1920) மாத்திரமே பிராமணர்கள் அதிக அளவு அரசு வேலைகளில் ஆதிக்கம் செலுத்திய காரணத்தால் அரசு இயந்திரத்தின் மீதே பிராமணர்கள் ஏகபோக உரிமை கொண்டிருந்தார்கள் என்று கூறுவது முற்றிலும் கட்டுக்கதையே. அக்காலங்களில் தமிழ் மற்றும் தெலுங்கு பிராமண ஆண்கள் மற்ற சாதியினரைவிட அதிகளவு படித்திருந்ததால் நேர்ந்த இந்த ‘ஆதிக்கம்’ மிகவும் தாற்காலிகமானதாகவே இருந்தது. கல்வித்துறையில் அதிகளவு படித்தவர்களாகத் தமிழ் மற்றும் தெலுங்கு பிராமண ஆண்கள் மட்டுமே இருந்த இந்த சமமற்ற நிலைகூடக் காலப்போக்கில் சரி செய்யப்பட்டது. ஆகையால் பிராமண மேலாதிக்கம் என்கிற கருத்தியலே அடிப்படையற்றது. கிருஷ்ணன் குறிப்பிடுவதுபோல 1920 முதல் 1967ல் திமுக ஆட்சிக்கு வரும் வரை தமிழ்நாட்டை வெறும் நான்கு ஆண்டுகளுக்கு மட்டுமே பிராமண முதல்வர் ஒருவர் ஆண்டார். 1962 ஆம் ஆண்டு தமிழக சட்டசபையில் 10%க்கும் குறைவான பிராமணர்களே இருந்தனர்.

பிரிட்டிஷ் ஆட்சிக்காலத்தில் பிராமணர்கள் மட்டும்தான் ஆதாயமடைந்த ஒரே சமூகம் என்பதும் உண்மையில்லை. பிராமணரல்லாத உயர்சாதிக்காரர்கள் குறிப்பாக அதிக நிலங்களை வைத்திருந்த முதலியார் மற்றும் பிள்ளை சாதியினர் பிரிட்டிஷ்- இந்திய அரசாங்கத்தில் முக்கிய பங்கு வகித்தார்கள். பிரிட்டிஷ் அரசாங்கத்திடம் பெரிய பெரிய எஸ்டேட்டுகளை பெற்றுக்கொண்ட அனைத்து ஜமீந்தார்களும் பிராமணர் அல்லாதவர்களே. நீதிக்கட்சியின் உயர்மட்டத் தலைவர்கள் பலரும் பிரிட்டிஷ் ஆட்சியாளர்களுக்கு நெருக்கமானவர்களே. அவர்கள் பிரிட்டிஷ் அரசிடம் இருந்து பட்டங்களையும் பதவிகளையும் பெற்றுக்கொண்டவர்களே.

பெரியாரின் பிராமணர்களின் மேலாதிக்கத்தைப் பற்றிய வெறுப்பைத் தூண்டும் விவாதங்கள் சுதந்திர இந்தியாவுக்கு முந்தைய காலகட்டத்தைச்சார்ந்தவையாக இருப்பதால், சமூக விஞ்ஞானிகளாக இருப்பவர்கள் சமூக மேலாதிக்கம் குறித்த புதிய சிந்தனைகளை உள்வாங்கிக் கொண்டும், பிராமண மேலாதிக்கத்தின் உண்மைத் தன்மை குறித்து 1947-ஆம் ஆண்டுக்குப் பிறகு வெளியான தகவல்களை அறிந்துகொண்டும் இருக்க வேண்டும் என எதிர்பார்ப்பது நியாயமே. ஆனால் முன்முடிவுகளை எல்லாவற்றுக்கும் மேலாக மதிக்கும் சூழலில் இதுபோன்ற கருத்துரீதியான முன்னேற்றங்கள் நிகழ்வதில்லை.

மாறாக, மனோகரனும் ஆனந்தியும் பின்வருமாறு எழுதுகிறார்கள்.

> பெரியார் பார்ப்பனியத்தை சமரசமில்லாமல் எதிர்த்தார். அவரது வாழ்நாள் முழுவதும் பார்ப்பனர்களுக்கு சடங்குகளில் வழங்கப் பட்ட மரியாதை, இந்து மதம் அவர்களுக்கு வழங்கிய சலுகைகள், அவர்களது சாதித் தூய்மை, சாதியக் கட்டமைப்பைக் காப்பதில் அவர்களுக்கு இருக்கும் பங்கு, அரசு இயந்திரத்தின் மீது பார்ப்பனர்கள் செலுத்திய ஏகபோக உரிமை, ஆணாதிக்கத்தைத் தொடர்ந்து தோற்றுவிப்பதில் அவர்களுக்கு இருந்த பங்கு போன்றவற்றுக்கு எதிரான வலுவான வாதங்களை பெரியார் தன் வாழ்நாள் முழுவதும் முன்வைத்திருக்கிறார். பார்ப்பனியம் ஒரு சித்தாந்தமாக பார்ப்பனர்களிடமும் பார்ப்பன ஆதரவாளர் களிடமும் விதைக்கப்பட்டுள்ள நிலையில் பொது வட்டத்தில் இருக்கும் அளவுக்கதிகமான பார்ப்பனிய பிரதிநிதித்துவத்தை உடைத்தெறியாமல் விடுதலை அரசியல் என்பது சாத்தியமில்லை.

முதலில் சாதிய சலுகைகள், சாதித் தூய்மை, மற்றும் சாதியக் கட்டமைப்பைக் காப்பது என்பது பிராமணர்கள் மட்டும் பிரத்தியேக மாகச் செய்த ஒன்றில்லை. அவற்றில் மற்ற உயர்சாதிக்காரர்களும்

பங்குகொண்டார்கள். இதில் 'ஆணாதிக்கத்தைத் தோற்றுவிப்பது' என்பது முற்றிலும் பொருந்தாத, அர்த்தமற்ற வாக்கியம். 'அரசு இயந்திரத்தின் மீதான ஏகபோக உரிமை' குறித்து நாம் ஏற்கனவே பேசிவிட்டோம். கடைசியாக முன்மொழியப்பட்டிருக்கும் கருத்தானது முற்றிலும் பொய் என்பது வரலாற்றால் நிரூபிக்கப் பட்டுள்ளது. தற்போது பொதுவட்டத்தில் அளவுக்கதிகமாக பிராமணர்களின் ஆதிக்கம் தமிழ்நாட்டில் இல்லை. ஆனால் இங்கு சாதியம் என்பது சமூகத்தின் அனைத்து மட்டங்களிலும் கோரமான முறையில் ஊடுருவியிருக்கிறது. இந்தியாவிலேயே தமிழ்நாட்டில்தான் தலித்களுக்கு எதிரான குற்றங்கள் குறித்து அதிகளவு புகார்கள் பதிவு செய்யப்பட்டுள்ளன.

சாதியத்தின் உண்மையான வடிவமும் பல்வேறு தளங்களில் செயல்படும் சாதியின் இயக்கமும் தவறாகப் புரிந்துகொள்ளப்பட்டும் தவறாகப் பிரதிநிதித்துவப்படுத்தப்பட்டும் வந்துள்ளது என்கிற முடிவுக்கே நாம் வரவேண்டியுள்ளது. வெறுமனே பெரியாரின் ஊதிப்பெருக்கப்பட்ட கருத்துகளை 2017 ஆம் ஆண்டிலும் குருட்டுத்தனமாகப் பின்பற்றுவதும் அப்படியொரு தவறான பிரதிநிதித்துவப்படுத்துதலே.

'பிராமணர்களே சாதியின் வேர். சாதியை ஒழிக்க நாம் பிராமணர்களை ஒழிக்க வேண்டும்'

மேற்கண்ட இந்தக் கூற்று, பிராமணர்களை பிரத்யேகமாகக் குறிவைக்கும், தன் சாதி எதிர்ப்புத் தர்க்கத்தை நியாயப்படுத்த அவர் சொன்ன கூற்று. இதில் எவ்வளவு உண்மை இருக்கிறது? சாதி உருவானதற்கும் அது பிற சமூகத்தில் பரவியதற்கும் மற்றும் நிலைத்து நிற்பதற்கும் பிராமணர்களே முழுப் பொறுப்போ அல்லது முதன்மைப் பொறுப்போ ஏற்கமுடியுமா? பெரியாரோ பெரியாரியவாதிகளோ சீரானதும் விவாதங்கள் மூலம் நிறுவப்பட்டதுமான நியாயத்தை பகுத்தறிவுக்குப் புறம்பான இந்தக் கூற்றின் மேல் வைத்ததேயில்லை. இந்தக் கேள்விக்கான பதிலைச் சில சமூக விஞ்ஞானிகள் கருத்தின் பக்கம் நம் பார்வையைத் திருப்புவதன் மூலம் கண்டுகொள்ள இயலும்.

1916 -ல் அம்பேத்கர் எழுதிய Castes in India: Their Mechanism, Genesis and Development எனும் கட்டுரையில், அவரது பார்வையில் சாதி பரவியது மற்றும் அதன் வளர்ச்சியிலுள்ள பிராமணர்களின் பங்கைத் திட்ட வட்டமாக வெளிப்படுத்தியுள்ளார்:

> *மிகப் பெரிய அளவில் பரவி வளர்ந்துள்ள சாதிமுறையைத் தனிமனிதனின் சக்தியாலோ, தந்திரத்தாலோ அல்லது ஒரு*

வர்க்கத்தாலோ சாதித்திருக்க முடியாது. அடுத்து, பிராமணர்களே சாதியைப் படைத்தனர் என்னும் கோட்பாடும் அர்த்தமற்றதே. மனுவைப் பற்றி நான் விளக்கியதற்கும் மேலாகச் சொல்வதற்கு ஏதுமில்லை. பிராமணர்கள் பல வகையில் குற்றமிழைத்தவர்கள் தான் என நான் துணிந்து கூறவும் செய்வேன். ஆனால், சாதிமுறையைப் பிராமணர்கள், பிராமணரல்லாதார் மீது திணித்துள்ளார்கள் என்பது உண்மையல்ல; அதற்குரிய துணிவோ ஆற்றலோ அவர்களுக்குக் கிடையாது. சாதிமுறை பரவுவதற்கு பிராமணர்கள் தங்கள் நயமான தத்துவங்களின் மூலம் துணை புரிந்திருக்கலாம். ஆனால் தங்கள் வரையறைகளுக்கு அப்பால் தங்களுடைய திட்டத்தை உந்தித் தள்ளி நிச்சயமாக அவர்கள் புகுத்தியிருக்க முடியாது. தங்களுக்குத் தகுந்தாற்போலவும், தாங்கள் நினைப்பது போலவும், சமூகத்தை மாற்றியமைப்பது என்பது இயலாத காரியம். அச்செயல் எவ்வளவு புகழ்தற்குரியது? எவ்வளவு கடினமானது? எவரும் சாதி மேன்மேலும் வளர்வது குறித்து மகிழலாம்; பரவசத்தால் போற்றிப் பாராட்டலாம். அதைத் தவிர ஒரு எல்லைக்கு மேல் அதனைப் பரப்ப முடியாது.

சாதிய சமூகம் என்பது பல்வேறு சாதிகள் மற்றும் கிளை சாதிகளால் ஆன ஒன்று என்பது நாம் அறிந்ததே. ஒவ்வொரு சாதியும் அகமண முறையின் (ஒரே சாதிக்குள் திருமணம் செய்து கொள்வது) மூலம் தங்களைத் ஒரு சமூகமாகத் தக்கவைத்துக் கொள்கின்றன. ஒவ்வொரு சாதியும் அதற்கான சொந்த எல்லையை வகுத்து வைத்திருக்கிறது. மேலும் மிரட்டியோ கட்டாயத்தின் மூலமாகவோ வன்முறையின் மூலமாகவோ அந்த சாதிய எல்லையை எவரும் மீறிவிடாதபடி தம்மைப் பாதுகாத்துக்கொள்கின்றன. இவ்வளவு பரவலாக விரிந்திருக்கும், தன்னைத் தானே ஒருங்கமைத்துக்கொள்ளத் தக்க ஒரு நிகழ்வை, ஒரே ஒரு சமூகப் பிரிவால் மட்டும் எப்படி வலியுறுத்தவோ நீடித்திருக்க வைக்கவோ முடியும்? பல்வேறு மக்களைக் கட்டுப்படுத்தி, கடுமையான சாதிய சட்டங்களை ஏற்றுக்கொள்ளச் செய்ய அவர்களிடம் எந்தக் கடுமையான அதிகாரம் இருந்தது? ஆகையால், பிராமணர்களே சாதியின் வேர் என பெரியார் கோருவது அப்பட்டமான அபத்தம்.

பிறகு ஏன் பல்வேறு சாதிய சமூகங்கள், சாதிய அமைப்பைத் தொடர்கின்றன, நீடிக்க வைக்கின்றன? சாதியப் படிநிலையின் மேல் இருப்பவர்களுக்கு, தனக்குக் கிடைத்த சலுகைகளைத் தக்க வைத்துக் கொள்ளவும் படிநிலையில் தனக்கு கீழோனின் உழைப்பைச்சுரண்டும் திறனையும் சாதிய அமைப்பு தருகிறது. சாதியப் படிநிலையின் இடை

நிலையில் இருப்போருக்கு சுய பாதுகாப்புக்கும் மிகவும் கீழ் நிலையில் இருப்போரின் மேல் ஆதிக்கம் செலுத்துவதற்கும் வாய்ப்பளிக்கிறது. சாதி நிலையில் கீழ் இருப்போரான தலித்களும் ஆதிவாசிகளும் தங்களின் இருத்தலுக்காகச் சாதியத்தைப் பற்றிக் கொண்டிருக்க வேண்டியுள்ளது. இந்த சாதிய எல்லைகளைத் தாண்டினாலோ தாண்ட முற்பட்டாலோ கடும் வன்முறையை எதிர்கொள்ள வேண்டியிருக்கும்.

இதனை ஆராயும்போதுதான் வெறுக்கத்தக்க பிராமணியம் எனும் கோட்பாடு வெளிவருகிறது. அதனை அம்பேத்கர் கீழ்வருமாறு விவரிக்கிறார்.

> பிராமணர்கள் ஒரு வகுப்பினர் என்ற அடிப்படையில் அதிகாரம், உரிமைகள், நலன்கள் பெறுவதை நான் பிராமணியம் என்று சொல்லவில்லை. அந்த அர்த்தத்தில் நான் பிராமணியம் என்கிற சொல்லைப் பயன்படுத்தவில்லை. சுதந்திரம், சமத்துவம், சகோதரத்துவம் ஆகிய உயிர்ப்புகளின் எதிர்மறைதான் பிராமணியம் என்று சொல்கிறேன். இந்த எதிர்மறை உணர்வு எல்லா வகுப்பினரிடையேயும் உண்டு. பிராமணர்களோடு அது நின்று விடவில்லை. பிராமணர்கள் அதைத் தோற்றுவித்தவர்கள் என்ற போதிலும் அது எல்லா வகுப்பினர்களிடையிலும் ஊடுருவி உள்ளது என்பது உண்மை. இந்த பிராமணியம் எங்கும் பரவி எல்லா வகுப்பினரின் சிந்தனை, செயல்களில் ஆதிக்கம் செலுத்துவது மறுக்க முடியாத உண்மை. இந்த பிராமணியம் சில வகுப்புகளுக்கு உரிமை மிகுந்த உயர்வுகள் வழங்குகிறது என்பது மறுக்க முடியாத உண்மை. பிற வகுப்புகளுக்கு சம வாய்ப்புகளை மறுக்கிறது என்பதும் உண்மை.

இதன் மூலம் பிராமணியம் பற்றிய பெரியாரின் சமன்பாடு தவறானது மட்டுமல்ல; வேண்டுமென்றே நியாயமற்று இருக்கிறது என்பது தெளிவாகிறது.

தமிழ்நாட்டின் நிலவுடைமைச் சாதிகள்

சாதிகளைப் பற்றிய ஆய்வில் எம்.என். ஸ்ரீநிவாஸ் கிராமப்புறங்களில் குத்தகைக்கு விவசாயம் செய்பவர்கள், தொழிலாளர்கள், கலைஞர்கள் மற்றும் சேவை சாதியினருக்கும் நிலவுரிமையாளர்களுக்கும் இடையிலுள்ள புரவலர் - சார்ந்தோர் உறவைப் பற்றிக் குறிப்பிடுகிறார். நில உரிமையாளர்கள் உள்ளிட்ட ஒவ்வொரு பிரிவும் மரபுவழி சாதிக் குழுவை உருவாக்குகின்றன. உள்ளூரளவில் சாதிய அமைப்பை வழிநடத்துவதில் உள்ளூர் மக்கள் தொகையைப் பொறுத்து, நில

உரிமையாளர்களுக்கு பெரும் பங்கு இருக்கிறது. மேலும் நில உரிமையாளர்களின் அதிகாரமும் கௌரவமும் மற்ற எல்லா சாதிகளுடனான அவர்களின் உறவைப் பாதிக்கும். சடங்கின் பால் அவர்களுக்கு மேலுள்ளோரைக்கூட.

நூற்றாண்டுகளாக தலித்துகளின் உழைப்பைக் கொடுமையாகத் தொடர்ந்து சுரண்டுவதன் மூலமாகவும், இடைநிலைச் சாதியினரைப் பல்வேறு வழிமுறைகளில் கட்டுப்படுத்தியும், தமிழ் நாட்டைத் தாயிடமாகக் கொண்டுள்ள குறிப்பிட்ட நில உரிமையாளர் சாதிகள் அவர்களுக்குள்ளேயே பெருமளவு பயிரிடக்கூடிய நிலங்களைச் சொந்தமாக வைத்திருக்கின்றன. ஐக்கிய அமெரிக்க குடியரசின் தெற்கு பகுதியில் எப்படி அடிமைத்தனம் பணப்பயிர் பொருளாதாரத்துக்கான அடிப்படையோ, அது போன்று தமிழ் நாட்டில் சாதிய அமைப்பே நவீனத்துக்கு முன்பான விவசாயத்துக்கு அடிப்படையாக இருந்தது. இருப்பினும் சாதியத்தின் இந்தப் பொருளாதாரப் பார்வைக்கு பெரியாரின் சாதி எதிர்ப்புத் தர்க்கங்களில் முக்கியமான இடம் கொடுக்கப்படவில்லை.

இந்தக் கொடுமையான சாதிய ஒடுக்குமுறை வரலாற்றில், பிராமணரல்லாத நில உடைமை சாதிகள் பங்கு வகித்திருந்தாலும் இந்த 2017 ஆம் ஆண்டுகூட மனோகரன் மற்றும் ஆனந்தியைப் பொறுத்த வரை இந்தச் சாதிகள் பெரியாரின் சமத்துவ பிராமணரல்லாதோர் திட்டத்தில் இடம்பெற்று இருந்தவர்கள்தான்.

இறுதியாக, சாதிய அமைப்பு என்பது எப்போதுமே பல்வேறு மேலாதிக்க சக்திகளின் கூட்டமைப்பு வழியே நிலைபெற்று இருக்கிறது. வரலாற்றில் எந்தக் காலகட்டத்தை எடுத்துக்கொண்டாலும், குறிப்பிட்ட ஒரே ஒரு சாதியினால் சுயேச்சையாக மொத்த சாதிய அமைப்பையும் தாங்கிப் பிடிக்கமுடியாது. தமிழ்நாட்டில் ஆயிரம் வருடங்களுக்கு மேலாக, நிலவுடமைச் சாதிகளான வேளாளர்களும் பிராமணர்களும் மறைமுகமான கூட்டுறவு மற்றும் போட்டி உறவுகளைத் தம்மிடை பேணியே செயல்பட்டு வந்துள்ளனர். ஆனால் இந்த உறவு குறித்து பெரியாரின் சாதி ஒழிப்புப் பயணத்தில் சிறு தடம்கூடத் தெரியவில்லை. மாறாக, அவர் சூத்திரர் என்கிற வார்த்தையைப் பயன்படுத்துவதன் மூலம் நில உடைமை சாதிகளுக்கு 'பாதிக்கப்பட்டவர்கள்' என்ற அடையாளத்தை வழங்குகிறார்.

மேலே விவாதித்த மூன்று பிரச்னைகளில் இருந்து பெரியாரின் சாதி எதிர்ப்புக் கருத்துகள் சில தவறான புரிதல்களாலும்

தேர்ந்தெடுக்கப்பட்ட தவிர்த்தல்களாலும் பாதிக்கப்பட்டிருக்கின்றன என்பது தெரிய வருகிறது. எனவேதான் அவை சாதி ஒழிப்பில் வெற்றிபெறவில்லை. வெற்றிபெறப் போவதுமில்லை. எனவே இன்றைய காலகட்டத்தில் (பெரியார்வாதிகள் உட்பட) நம் எல்லோருக்கும் நமது சமூக வரலாற்றைப் பற்றிய ஒரு உண்மையான புரிதலை வளர்த்துக் கொண்டு, சாதிய அமைப்பின் நிதர்சனத்தைப் புரிந்துகொண்டு பெரியாரால் முடிந்ததைவிட சாதியை நேர்மையோடும் திறனோடும் அணுக வேண்டிய கட்டாயம் இருக்கிறது. சிந்தனையாளர்களான ஃப்ரான்ட்ஸ் ஃபனோன், ஆண்டோனியோ கிராம்ஸி போன்றோரின் கருத்துகளை அவர்களோடு முற்றிலும் மாறுபட்ட பெரியாரின் ஒழுங்கற்ற முறைகள், முயற்சி களோடு ஒப்புமைப்படுத்துவது, முற்றிலும் பலனற்றது. அது யாருக்கும் உதவப் போவதில்லை, குறிப்பாக பெரியாரின் 'சமத்துவ' பிராமணரல்லாத கூட்டமைப்பால் இன்னும் ஒதுக்கப்பட்டு, ஒடுக்கப்பட்டு வரும் தலித்துகளுக்கு உதவவே போவதேயில்லை.

இடைநிலைச் சாதிகளின் கேள்விகள்

தமிழ்நாட்டின் இடைநிலைச் சாதிகளுக்கும் தலித் சமூகத்துக்கும் இடையிலான மோதலுக்கு நீண்ட ரத்தம் தோய்ந்த வரலாறு இருக்கிறது. ஆனால் அது பெரியாரியப் பயணத்தில் எந்த இடத்திலும் முக்கியத்துவம் பெறவேயில்லை. பெரியாரைப் பொறுத்தமட்டில், பிராமண மேலாதிக்கத்தை ஒழிக்கும் 'சமத்துவ பிராமணரல்லாதோர் திட்டத்தில்' இடைநிலை சாதியினரும் இடம் பெற்றிருந்தனர். இதனைத்தான் மனோகரனும் ஆனந்தியும் விடுதலைக்கான அரசியல் என்று கட்டமைக்கின்றனர்.

பெரியாரும், அவருக்குப் பிந்தைய பெரியாரிய இயக்கமும் அத்தகையை ரத்தம் தோய்ந்த சாதியத்தைக் கண்டன நோக்கோடு அணுக முயலவில்லை. தி.க.வினரைப் பொறுத்தவரையில் எக்காலத்திலும் மாறாத முக்காலமும் பொருந்தும் வாக்கியம் ஒன்று இருக்கிறது: 'நாங்கள் பிராமணரல்லாதோர் ஒற்றுமையானவர்கள், எங்களுக்குள் எந்தப் பேதமும் இல்லை. நடுநிலை சாதிகளுக்கும் தலித்துகளுக்கு மான இந்தப் பிரச்னைகள் தந்திரமான பிராமணர்களாலேயே உருவாக்கப்படுகிறது. ஆம், நாடார்களும், மறவர்களும் தலித்துகளுக்கு எதிராக சாதிய மனப்பான்மை கொண்டிருப்பர்; அடிக்கடி வன்முறையிலும் ஈடுபடுவர். ஆனால் அது 2000 ஆண்டுகளுக்கு முன்னால் பிராமணர்கள் கலந்த விஷம்; சரியாகவேண்டுமானால் கொஞ்சம் காலம் பிடிக்கும்.'

இந்தக் குறிப்பிட்ட சாதிகளே மாநில அரசில், காவலில் மற்றும்

நிர்வாகத்தில் பொறுப்பில் இருப்பதால் தற்போது அவர்களுக்கு இது பற்றிப் பேசுவது இன்னும் கடினமாகிவிட்டது. எனவே பிராமணரல்லா தோரிடையே இருந்த சாதியத்தை பெரியார் அறிந்துதானிருந்தார் என்று வெறுமனே சொல்வதில் அர்த்தம் ஏதுமில்லை. அப்படியே அவர் அதனை அறிந்திருந்தாலும் பிராமணரல்லாத சாதியத்தை எதிர்ப்பதை விட பிராமணர்களை வெறுப்பதிலேயே, அதிக நேரத்தைச் செலவிட்டார்.

பெரியாரும் காலனியமும்

காலனியம் பற்றி ஆனந்தியும் மனோகரனும் கூறுவது:

> பார்ப்பனிய ஆதிக்கத்தைத் தகர்ப்பதற்கான வழிமுறைகளைச் செய்யாமல் சுதந்திரம் வழங்கப்பட்டால் அது பிரிட்டிஷ் ஆட்சியை விட மோசமானதாக இருக்கும் என்ற முடிவுக்கு வந்தார்.

இது உண்மையாக இருக்கலாம்; இருப்பினும், பெரியார் விரும்பிய பிரிட்டிஷார் அதிகாரத்தில் இருந்தவரை கிட்டாத பிராமணரல்லாத வருக்கான அதிகாரம் சுதந்திர இந்தியாவில் அவர் சந்தேகித்த மேலாதிக்க விருப்பினர் கொண்டு வந்த அனைத்து வயது வந்தோர் வாக்கு உரிமைச் சட்டத்தின் மூலம்தான் கிடைத்தது என்று 2017ல்கூட பெரியார்வாதிகளால் கூற முடியாதா? தோழர்களே, பெரியார் சுமத்திய குற்றச்சாட்டில் பிழை இருக்கிறது என்பதை ஒப்புக்கொள்ள இன்னும் சரியான தருணம் வரவில்லையா என்ன?

ஜனநாயகப் புரட்சி

2011 மக்கள் தொகைக் கணக்கெடுப்பைப் பொறுத்தவரையில், ஒரு மாநிலத்தின் மொத்த மக்கள் தொகையில் பிற்படுத்தப்பட்டோரின் விகிதம் இந்தியாவிலேயே தமிழ் நாட்டில் தான் அதிகம் உள்ளது (70.8%). இந்த எண்ணிக்கை தவறான கணக்கெடுப்பினால் மிகைப்படுத்தப்பட்டிருக்கலாம். உண்மையிலே 65% இருக்கலாம்.

ஒரு மாநிலத்தின் மொத்த மக்கள்தொகையில் பிற்படுத்தப் பட்டோருக்கும், பிற சாதியினருக்குமான சமநிலைதான் அந்த மாநிலத்தின் மேலாதிக்க அரசியலை நிர்ணயிக்கும். இதற்கு எந்த ஒரு உள்ளார்ந்த புரட்சிகரப்போக்கும் காரணமாக இருக்கமுடியாது. தமிழ் நாடு பிற்படுத்தப்பட்டோர் ஆட்சியை மற்ற மாநிலங்களைவிட மிக வேகமாகப் பெற்று விட்டது. ஏனெனில் சில பிற்படுத்தப்பட்ட சாதிகள் சுதந்திரத்தின் ஆரம்ப கால தசாப்தங்களிலேயே பெரிய அளவில்

முன்னேற்றம் அடைந்திருந்தன. தமிழ் நாட்டில் நடுநிலை சாதிகளிடத்தில் அதிகாரம் கைமாறிய புரட்சி பெரியார் இருந்தாலும் இல்லாதிருந்திருந்தாலும் தேர்தல் முறையின் வழியே கண்டிப்பாக நிகழ்ந்திருக்கும்.

தற்போது அந்தப் புரட்சியின் அடிமட்டத்தில் சிக்கிக்கொண்டிக்கும் தலித்களும், பிற்படுத்தப்பட்டோர் பட்டியலில் மிகவும் கீழ் நிலையிலுள்ள சேவை சாதியினரும் தங்களை மீட்கக்கூடிய 'விடுதலை அரசிய'லுக்காக இன்னும் காத்திருக்கின்றனர். சரியாகச் சொல்ல வேண்டுமென்றால் இந்நிலையில் பெரியாரின் அரசியல் வாழ்க்கையின் தவறிழைக்காத தன்மையும், அதனைச் சுற்றிச் சூழ்ந்துள்ள பெருந்தன்மையும், இந்தப் பிம்பங்களைப் பிடித்து நிறுத்த ஏதுவான மேலாதிக்க அரசியல் அமைப்பும், புரட்சிக்கு பிந்தைய முற்போக்கு அரசியலைக் காலவரையின்றித் தடுத்து நிறுத்தலாம். இந்த அபாயம்தான் தற்போது பெரியாரின் அரசியல் வாழ்வை நேர்மையாக, நடுநிலைப் பார்வையோடு, உணர்ச்சிவயப்படாமல் ஆராய்ந்து வாதிட வேண்டிய கட்டாயத்தை ஏற்படுத்துகிறது. விவாதத்தில் ஈடுபட்டுள்ள இருதரப்பினரும் எது அபாயத்தில் இருக்கிறது என்பதை அவரவர் வழிகளில் அறிந்தவர்களே.

அக்டோபர் 6, 2017

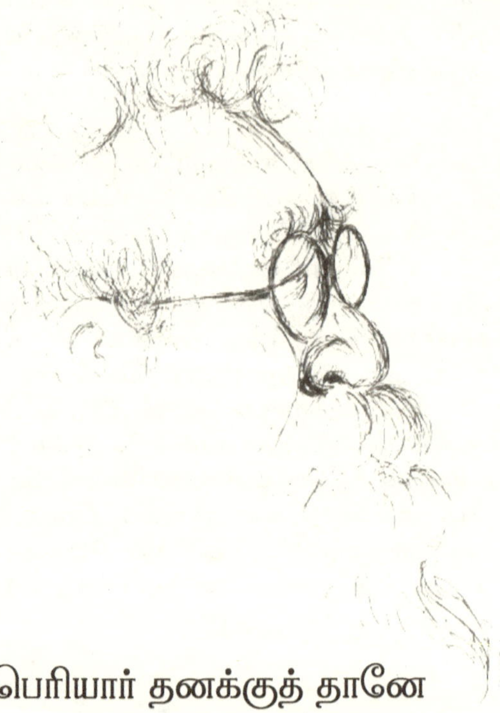

பெரியார் தனக்குத் தானே போட்டுக் கொண்ட கடிவாளம் பிராமணிய ஆதிக்கத்தைத் தவிர வேறொன்றையும் பார்க்கவிடவில்லை

தமிழ் நாட்டின் பொது நிறுவனங்களை ஆட்டுவித்துக் கொண்டிருந்த பிராமணப் பேயை எப்போதோ விரட்டியாகிவிட்டது. இப்போது அவற்றை பிராமணரல்லாத அதே சமயம் தலித்தும் அல்லாத பேய்களே ஆண்டு கொண்டிருக்கின்றன. இந்தப் புதிய பேய்களின் ஆதிக்கத்தை மறைக்கத்தான் இப்போதும், இல்லாத பிராமண பேயைத் தொடர்ந்து விரட்டிக் கொண்டிருக்கிறார்கள்.

பி.ஏ. கிருஷ்ணன்

கார்த்திக் ராம் மனோகரன் மற்றும் S. ஆனந்தி எழுதியுள்ள கட்டுரையை வாசிக்கும்போது எனக்கு சீனர்களின் 'பியான் லியான்' என்றழைக்கப்படும் முகம் மாற்றும் வித்தையே நினைவுக்கு வந்தது. இந்த வித்தையின்போது, அதன் கலைஞர்கள் ஒளிமயமான நிறங்கள் கொண்ட முகமூடிகளை, உடனுக்குடன், கையசைவிலோ அவர்கள் கையில் வைத்திருக்கும் விசிறியின் அசைவிலோ ஒரு நொடியில் மாற்றிவிடுவார்கள். அதைக் கண்டு பார்வையாளர்கள் ஆச்சரியமடைவார்கள் ஆனால் அந்தக் கலைஞனுக்கும் உண்மையான முகம் இருப்பதும், அந்த முகத்துக்கும் முகமூடிக்கும் எந்த சம்பந்தமுமில்லை என்றும் அவர்களுக்குத் தெரியும். என்னுடைய கட்டுரை பெரியாரின் உண்மை முகத்தைப் பற்றியதேயன்றி, அரசியல் மற்றும் பிற நிர்பந்தங்களுக்காக எப்போதும் மாறும் அவரின் முகமூடிகளைப் பற்றியதல்ல. பேராசிரியர்களின் கட்டுரை, இன்னும் பல கிராம்சிய முகமூடிகளை பெரியாருக்கு அணிவித்து, உண்மையை மேலும் சிக்கலுக்குரியதாக ஆக்குகிறது.

பேராசிரியர்கள் இருவரும் பெரியாரின் எழுத்துகள் நாற்பது தொகுதிகள் வரை நீளும் எனவும், அவற்றை ஆங்கிலத்துக்கு மொழி பெயர்க்க வேண்டிய தேவை இருக்கிறது; ஆனால் அது நிகழவேயில்லை என்கின்றனர். நான் அதை முழுவதும் ஏற்றுக் கொள்கிறேன், ஆனால் அது யாருடைய தவறு? பெரியார் இறந்த போது, மிகப்பெரிய அளவிலான செல்வத்தைத் தன் விசுவாசிகளிடம் விட்டுச் சென்றார். இன்றைய மதிப்பில் அந்தச் சொத்துக்களின் மதிப்பு பல நூறு கோடிகளைத் தாண்டும். இதுமட்டுமில்லாமல் கடந்த ஐம்பது ஆண்டு காலமாகத் தமிழகத்தைத் திராவிடக் கட்சிகள்தான் ஆண்டு வருகின்றன. மாநிலத்திலுள்ள பல்கலைக்கழகங்கள் முழுவதிலும் பெரியாரின் வலுவான ஆதரவாளர்களே நிறைந்திருக்கின்றனர். இப்படிப் பொறாமைப்படும் அளவுக்கு பெரியாருக்குச் சாதகமான சூழல் இருக்கும் நிலையிலும், பெரியாரின் மொத்த எழுத்துக்களை, விடுங்கள், அவரைப் பற்றிய ஒரு முழுமையான அதிகாரப்பூர்வ சரிதைகூட ஆங்கிலத்திலோ, தமிழிலோ இல்லை. இந்த வறட்சி நிலையைத்தான் என் முந்தைய கட்டுரையில் குறிப்பிட்டிருந்தேன்.

எனினும், அவரின் சில எழுத்துகளைத் தன்னலமற்ற சிலர் தனிப்பட்ட முறையில் தொகுத்துள்ளனர். அவர்களின் மேல் நான் கொண்டிருக்கும் பற்று அளப்பரியது. ஒன்று, 1970 களில் மூன்று தொகுதிகளாக ஆனைமுத்து தொகுத்தது, மற்றொன்று, இந்த வருடத்தின் தொடக்கத்தில், ஐந்து தொகுதிகளாக பசு. கவுதமனால் தொகுத்து வெளியிடப்பட்ட தொகுப்பு. 1925 முதல் 1938 வரையிலான காலத்தில் வெளியிடப்பட்ட குடியரசு இதழ்களும் இருக்கின்றன. எனவே 40 தொகுதிகள் வரை நீளும் என்று சொல்லப்படுபவை வெளியிடப்படும் வரை, நான் முன் சொன்ன தொகுப்புகளை முதன்மையாக நம்பியிருப்பதைத் தவிர வேறு வழி இல்லை. அவை மொத்தமாகச் சில ஆயிரம் பக்கங்கள் மட்டுமே இருக்கின்றன.

இந்தப் பக்கங்களில், கடவுள், மதம், (குறிப்பாக இந்து மதம்) புராணங்கள், மற்றும் இதிகாசங்கள் ஆகியவற்றுக்கு சிறப்பான கவனிப்பு அளிக்கப்பட்டிருந்தது - ஆனால் அவற்றில் பெரிதும் குறிப்பிடப்படும் முக்கியமான பேய்கள் யாரென்று பார்த்தால் அது பிராமணர்கள். தன் எழுத்துகள் முழுவதிலும் சகட்டுமேனிக்கு பிராமணர்களை வசைபாடும் பெரியார், பிராமணியம் பற்றி மிகவும் குறைவாகவே குறிப்பிடுகிறார். மேலும், பெரியாரின் தலையாய சீடரான அண்ணாதுரை 1956 மார்ச் மாதம் எழுதிய கட்டுரை ஒன்றில் திராவிடர் கழக உறுப்பினர்கள் பிராமணர்களை அழிக்கவேண்டும் என்கிற நோக்கத்தில் இருக்கும்போது பிராமணியம் பற்றிப் பேசுவது கோழைத்தனம் என்று கருதியதாகக் குறிப்பிடுகிறார்.

பிராமணராய்ப் பிறந்துவிட்ட பிராமணர்கள் அதில் இருந்து வெளியே வரமுடியாது என்பதை பெரியார் திரும்பத் திரும்ப விளக்கிக் கொண்டே இருந்தார். உதாரணத்துக்கு, மார்ச் 6, 1959இல்* வெளியான கரண்ட் இதழில், ஒரு கேள்வி கேட்கப்பட்டிருந்தது. 'ஒருவர் பார்ப்பனர் என்பதாலேயே அவரது நோக்கில் நாணயம் இருக்க முடியாதா?' என்று கேட்டதற்கு 'ஆம். நாணயமாக இருக்க முடியாது' எனப் பதிலளித்தார். அதே பேட்டியில் செட்டியார், நாயக்கர், பிள்ளை, கவுண்டர், பள்ளர், பறையர் முதலியவர்களுக்குள் வேற்றுமையில்லை என்கிறார். கீழ் வகுப்புகள் மீது என்னே அக்கறை அவருக்கு!

பிராமணப் பெண்கள் மீது இருந்த அவரின் பார்வையும், சிறந்த பெண்ணிய விடுதலைவாதி என்கின்ற அவரின் தோற்றத்துக்குச் சரியாகப் பொருந்தவில்லை. மார்ச் 4, 1969 ஆம் ஆண்டு விடுதலை நாளிதழில் எழுதப்பட்ட தலையங்கக் கட்டுரையில், பிராமணர்கள்

தங்கள் மனைவிகளுக்கு சில வழிபாட்டுத்தளங்களில் தரகர்களாக இருந்தனர் என்று கூறுகின்றார். ஜூன் 21, 1956-ல் வெளியான மற்றொரு கட்டுரையில் திடுக்கிடவைக்கும் கருத்து ஒன்றை முன்வைக்கிறார்:

'வெள்ளையன் போகாமல் இந்த பத்து வருட காலம் இப்போது இந்திய ஆட்சியை நடத்தி வந்திருப்பானேயானால், பார்ப்பன பெண்கள் பகுதிபேருக்கு நம்மவர்களே, தமிழர்களே புருஷன்களாக இருந்து ஜாதியின் ஆதிக்கம் பகுதிக்குமேல் ஒழித்துக்கட்டப்பட்டிருக்கும். பார்ப்பனப்பெண்கள் நம்மவர்களை வலுவில் காதலிக்கத் தொடங்கிய பின்னர்தான் பார்ப்பனர்களுக்கு வெள்ளையர்கள் மீது ஆத்திரம் வலுக்க ஆரம்பித்தது.'

தமிழ்க் கவிஞர் கண்ணதாசன் தனது வனவாசம் புத்தகத்தில் பெரியாரின் வழக்கமான பேச்சு ஒன்றை விவரிக்கிறார். அதில் பெரியார் பிராமணப் பெண்களை 'வேசிகள்' என்றும், திராவிட நிலத்தை அடைய பிராமண ஆண்கள் அவர்களது பெண்களைப் பயன்படுத்தினர் என்றும் கூறியதாக கண்ணதாசன் எழுதியுள்ளார்.

நான் என் கட்டுரையில் பெரியார் தொடர்ந்து பிராமணர்களுக்கு எதிராக இரத்தம் உறையவைக்கும் மிரட்டல்களை விடுத்துக் கொண்டேயிருந்தார் என்று கூறியிருந்தேன். 1947 -ல் அப்படி ஒரு மிரட்டலை வெளியிட்டார். ஜூலை 27, 1947-ல் விடுதலை நாளிதழில் எழுதப்பட்ட கட்டுரையில், நவகாளிப் படுகொலைகள் போன்று இங்கொன்று நிகழ்ந்தால் அதற்கு திராவிட நாட்டில் (திராவிட நாட்டில் என்பதை 'நம் நாடு' என்றழைத்து, இந்துஸ்தானத்திலிருந்து வேற்றுமைப்படுத்துகிறார்.) வாழும் ஆரியர்களே (பிராமணர்கள் எனக்கொள்ள வேண்டும்) முழுப் பொறுப்பு என்கிறார். அவர் ஆரியர்களை வடக்கத்திய மேலாதிக்கத்தின் கைக்கூலிகளாக இருந்து திராவிட நிலத்துக்குத் துரோகம் இழைக்கவேண்டாம் எனவும் அறிவுறுத்துகிறார். மேலும் அவர் இவ்வாறு குறிப்பிட்ட காலம் மிகவும் பதற்றம் நிறைந்த ஆபத்தான காலம் என நமக்கு வரலாறு கூறுகிறது. பெரியாரின் இந்த வன்முறைக்கான அறைகூவலைச் சில பைத்தியங்கள் தீவிரமாக எடுத்திருந்தால்கூட அதன் விளைவு பேரழிவாக இருந்திருக்கும்.

வட இந்தியர்களுக்கு இடமில்லை.

பெரியார் ஒரு ஃபாசிசவாதிபோலப் பல முறை தன் ஒப்பற்ற நீண்ட வாழ்க்கையில் நடந்திருக்கிறார் என்று நான் கூறும்போது என்போன்ற கருத்துடையவர்களின் ஆதரவுடனேயே கூறுகின்றேன். பெரியாரின் சொந்த முதன்மை சீடரான அண்ணாதுரை, 1949 -ல் பெரியாரை விட்டுப்

பிரியும்போது பெரியாரின் வழிமுறைகளை ஃபாசிச வழிமுறைகள் என்று கூறினார். விசுவநாதன் எழுதிய பெரியாரின் வாழ்க்கை வரலாற்றுப் புத்தகத்தில், 1944 சேலம் மாநாட்டில் அவர் பேசிய பேச்சில் இந்த சர்வாதிகாரம் நன்கு வெளிப்பட்டிருந்தது. 'ஒரு வகையில், ஒரு தலைவராக எனக்கு ஏதுவானவற்றையே செய்தேன், மற்றும் என்னால் நிறைய கருத்துகளை ஆலோசித்துக் கொண்டிருக்க முடியாது. நான் சரியாகச் செயல்படுகிறேன் (சரியானவன்) என்றே நம்புகிறேன்.. ஒரு தலைவனாக என்னால் தலைமையேற்கவே முடியும், வேலைகளை மற்றவர்தான் செய்யவேண்டும் என உறுதியுடன் கூறினார்' என்று குறிப்பிடுகிறார்.

பெரியார் மறையும் வரை திராவிடர் கழகத்தில் 'ஃபுயுரர்ப்ரின்ஸிப்'* முறை இருந்தது. தனக்கு அடுத்தநிலையில் உள்ள ஆனால் தனக்குக் கீழ்படியாத சீடர்களைச் சமாளிக்க கடினமான, கரடுமுரடான அதே சமயம் பயன் தரக்கூடிய வழிமுறைகளைப் பயன்படுத்திச் சமாளித்தார். திராவிடர் முன்னேற்றக்கழகத்தை அதிகாரத்துக்குக்கொண்டுவந்த இந்தி எதிர்ப்புப் போராட்டம் 1965 ஆம் ஆண்டு முழு வீச்சில் நடந்து கொண்டிருந்தபோது பெரியார் அரசாங்கத்துக்குத் தன் முழு ஆதரவையும் அளித்துக்கொண்டிருந்தார். அவர் அப்போது ஒரு பொதுவான வாய்ப்பூட்டுச்சட்டம் பிறப்பிக்கப்பட வேண்டுமென்றும், இந்தி எதிர்ப்பைப் பற்றிப் பேச யாரும் அனுமதிக்கப்படக்கூடாது என்றும் பரிந்துரை செய்தார். மேலும் அவர், அரசாங்கம் அனைத்துப் பத்திரிகைகளையும் தடை செய்ய வேண்டுமென்று கோரினார். அதே போல் 1968 -ல் நிகழ்ந்த கோரமான தலித் படுகொலைகளுக்கு பின்னர் அவர் காங்கிரஸ், தி.மு.க. தவிர கம்யூனிஸ்ட் கட்சிகள் உட்பட்ட அனைத்துக் கட்சிகளும் தடை செய்யப்பட வேண்டுமென்று கோரினார்.

பெரியார் ஏற்படுத்திய, சமூகம் மற்றும் பொருளாதார அடக்கு முறைகளால் பாதிக்கப்பட்டவர்களுக்கு இடமளிக்கும் ஒரு மிகப் பெரிய குடையைப்பற்றிப் பேராசிரியர்கள் கூறுகின்றனர். பாலஸ்தீனியர்களைக்கூடச் சேர்த்துக்கொள்ளும் அளவுக்கு இடம் கொண்ட குடை என்கின்றனர். அந்தக் குடையின் கீழ் யார் யாருக் கெல்லாம் இடமளிக்கப்பட்டது என்று எனக்குத் தெரியவில்லை. ஆனால், நிச்சயமாக அது வட இந்தியர்களுக்கு நிழலில் ஓய்வெடுக்க இடமளிக்கவில்லை. பெரியாரைப் பொறுத்தவரை ஒரு அரேபிய திராவிடன்கூட இருந்து விட முடியும் ஆனால் வட இந்திய திராவிடன் என்று ஒரு விஷயத்துக்கே இடமில்லை.

---

* தலைவரை அடியொற்றி நடக்கும் நாஜி நடைமுறை.

பெரியாரின் பார்வையில், எல்லா வட இந்தியர்களும் வயிறு வளர்த்த சுரண்டல் பேர்வழிகள். ஒரு காலம் வரை மலையாளம், கன்னடம், தெலுங்கு ஆகிய மொழி பேசும் மூன்று துரதிர்ஷ்ட திராவிட குலத்துக்கும் அந்தக் குடை இடமளித்திருக்கலாம். ஆனால் மாநிலங்களின் மறு சீரமைப்பு நிகழ்ந்த பின் சத்தமில்லாமல் அவை வெளியேற்றப்பட்டிருக்கலாம். அந்த மூன்று மாநிலத்தைச் சேர்ந்த மக்களும் திராவிட நாட்டுடன் இணைய மறுத்ததால் பெரியாரின் திராவிட நாடு வெறும் தமிழ் நாடானது. அந்த அவமரியாதையை எல்லாம் பெரியார் மன்னிப்பவர் இல்லை என்பதால் அவர்களைத் தொடர்ந்து திட்டிக்கொண்டே இருந்தார். மேலும் சம்பந்தம் என்கிற ஒரு சமூக நடைமுறையைப் பின்பற்றியதால் மலையாளிகளை அதிகமாக வசை பாடினார். அவரது இறுதி உரையில்கூட எல்லா மலையாளிகளின் பிறப்பையும் சந்தேகித்து வசை பாடினார்.

பெரியாரை, மார்ட்டின் லூதர் கிங் ஜூனியர், அமில்கார் காப்ரல், ஃப்ராண்ட்ஸ் ஃபானன், மால்கம் எக்ஸ், ஜேம்ஸ் பால்டுவின் மற்றும் ஸ்டீவ் பிகோ போன்றோரோடு ஒப்பிட்டுப் பேசும்போது நெகிழ்ச்சி யாகத்தான் இருக்கிறது. ஆனால் இவர்களுக்கும் பெரியாருக்கும் ஒரு முக்கியமான வேற்றுமை இருக்கிறது. இவர்கள் அனைவருமே ஏகாதிபத்தியத்துக்கும் காலனியத்துக்கும் நிலையான எதிரிகள். பெரியார் சுதந்திர இந்தியாவைவிட காலனிய ஆட்சியையே விரும்பினார் என்ற உண்மையை அவர் மறுக்கவில்லை. அவரது பார்வையில் சுதந்திர இந்தியாவென்பது பிராமணர் நிறைந்த காங்கிரஸின் ஆதிக்கத்தில்தான் இருக்கும் என்று எண்ணினார். எனவே பெரியார் காலனியத்துக்கு வழங்கிய நற்சான்றின் தன்மை ஒரு பொருட்டே இல்லை. இங்கே குறிப்பிடப்படவேண்டிய ஒன்று, காலனியத்தைப் பற்றிய பெரியாரின் பார்வை மீதோ சுதந்திரம் எனும் ஒன்றை அவர் எப்படி பிரச்னைக்குரியதாக மாற்றுகிறார் என்பதன் மீதோ வெள்ளையர்களுக்கு எந்த ஆர்வமும் இல்லை. அவர்களைப் பொறுத்தமட்டில் பெரியார் விடுதலை இயக்கத்தைச் செயல்படாமல் வைத்திருக்கப் பயன்படும் பல கருவிகளில் ஒன்று மட்டுமே.

பெரியார் முன்னெடுத்த போராட்டங்களையெல்லாம் ஆராய்ந்து பார்த்தால் ஒரு வியப்புக்குரிய உண்மை வெளிவருகிறது. பெரியாரின் தலைமையிலான முதல் பெரிய போராட்டம் 1938 -ல் இந்தித் திணிப்புக்கு எதிராக நடந்த போராட்டமே. சுதந்திரத்துக்குப் பிறகு அவர் நடத்திய போராட்டங்கள் என்னவென்று பார்த்தால் கடவுள் சிலைகள் உடைத்தல், அரசியலமைப்புப் பிரதிகள் மற்றும் இந்திய வரைபடம் (புனித திராவிட நாடு நீங்கலான இந்திய வரைபடம்)

போன்றவற்றை எரித்தல், ஆகியவற்றுடன் வழக்கம் போல, நிச்சயமாக, காந்தி படங்கள் எரிப்பதும் அவரது முக்கிய போராட்டமாக இருந்தது. ஆனால் அவற்றுள் எதுவுமே முதன்மையாகச் சாதி எதிர்ப்பையோ தலித் ஒடுக்குமுறையையோ பற்றியதல்ல. இருப்பினும் அவர் சாதிக்கெதிராக அவ்வப்போது சிடுசிடுத்துக் கொண்டே இருந்தார். அவரின் மொத்த எழுத்துகளின் தொகுப்பில் சாதியை எவ்வாறு ஒழிக்க வேண்டும் என்பது குறித்து ஒரு பயனுள்ள யோசனைகூட இல்லை. சாதிக்கெதிராக வழக்கமான சாதி கலப்புத் திருமணத்தையே அவர் முன் மொழிகிறார். ஆனால் அவர் பெரியார் அல்லவா, ஆகையால், சாதிக் கலப்புத் திருமணங்கள் மட்டுமே சட்டப்படி ஏற்றுக்கொள்ளப்படும் என அரசைச் சட்டம் இயற்றச் சொல்கிறார். *(விடுதலை, ஜனவரி 10, 1947)*

மேலாதிக்கத்திலுள்ள சிக்கல்

அடுத்தது: எல்லாத் தொழில்முறை பெரியார்வாதிகளும் நேரடியாகப் பதில் சொல்ல முடியாத பட்சத்தில் இறுதியில் தஞ்சமடைவது மேலாதிக்கம் மற்றும் உணர்வு நிலை பற்றிய கிராம்சியன் தத்துவம். நான் இங்கொரு பதில் மேற்கோளை முன்வைக்கிறேன். ரேமண்ட் வில்லியம்ஸ் கீழ்வருமாறு கூறுகிறார்:

'ஒரு நிலைத்த மேலாதிக்கம் என்பது ஒரு தொடர் இயக்கமே. ஆய்வுக்கண்ணோட்டத்தைத் தவிர்த்து அது அமைப்போ அல்லது ஒரு கட்டமைப்போ கிடையாது. அது அனுபவங்கள், உறவுமுறைகள் மற்றும் நடவடிக்கைகள் உடன் தனித்துவமாக மாறிக்கொண்டே இருக்கும் அழுத்தம், மற்றும் வரையறைகள் ஆகியவற்றின் ஒன்றிணைவால் உருவான கூடு. நடைமுறையில் மேலாதிக்கம் என்பது ஒருமையாக இருக்கமுடியாது. அதன் உட்கூறுகள் மிகவும் புதிரானவை. அவற்றை எந்த ஒரு உறுதியான பகுப்பாய்வின் மூலமும் தெரிந்துகொள்ளமுடியும். மேலும் (இனி வரப்போவதுதான் மிகவும் முக்கியமானது. நிலைத்த மேலாதிக்கக் கருத்தைப் புரிந்துகொள்ளத் தேவையானது). அது அதிகாரம் மட்டும் என்பதன் ஒருவகையாகத் தனித்து இருந்துவிடாது. மேலாதிக்கம் என்பது தொடர்ந்து புதுப்பிக்கப் பட்டு, மீட்டுருவாக்கப்பட்டு, பாதுகாக்கப்பட்டு, மாற்றம் செய்யப்பட்டு வருகிறது. அதேபோல் அது தொடர்ந்து தனது சொந்த அழுத்தத்தினால் மட்டும் அல்லாமல் வெளியில் இருந்து எதிர்க்கப்பட்டு, வரையறை களுக்குள் அடைக்கப்பட்டு, மாற்றப்பட்டு, சவால்விடப்பட்டு இருக்கிறது.'

வில்லியம்ஸ் மேலாதிக்கத்தின் ஒற்றைத்தன்மைக்குள் அடங்காமை பற்றியும் அதன் சிக்கலைப் பற்றியும் பேசுகிறார். பெரியார் முன்

மொழிந்ததாகப் பேராசிரியர்கள் கூறும் மேலாதிக்கம் என்பது அப்பட்டமாக ஒருமையைச் சார்ந்தது. பெரியார் தனக்கென ஒரு கடிவாளம் வைத்திருந்தார். அது அவரை பிராமணிய மேலாதிக்கத்தைத் தவிர வேறு எதையும் பார்க்கவிடவில்லை. நான் பேராசிரியர்களின் கவனத்தை 1971ல் சட்டநாதன் ஆணையம் அளித்த முடிவுகளை நோக்கித் திசை திருப்ப விரும்புகிறேன். அது கூறுவது என்ன வென்றால். மக்கள் தொகையில் 11.3% இருந்த மொத்தம் ஒன்பது பிற்படுத்தப்பட்ட ஆதிக்க சாதிகள் 37.3% அரசிதழ் பதிவு பெறாத பதவிகளிலும், 48.2% அரசிதழ் பதிவு பெற்ற பதவிகளிலும் இடம் பெற்றிருந்தனர்.

பெரியார் பற்றி மற்றொரு அறிஞர் எழுதியதையும் இங்கே குறிப்பிடுகிறேன்.

'தமிழகத்தில் சாதி விவகாரங்களில் ராமசாமியின் தலையீடு என்பது மூன்று பிரிவினரை நோக்கிய தெளிவில்லாத வியூகமாகவே இருந்தது. முதலாவது இடைநிலை சாதிகள். சூத்திரர்கள் என்று அழைக்கப்படும் இடைநிலை சாதிகளை, பிராமணர்கள் மீது குற்றம் சுமத்துவதற்கான ஆயுதமாகப் பயன்படுத்தினார். அடுத்து பிராமணர்கள். ராமசாமியைப் பொறுத்தவரை பிராமணர்களின் இருப்பே அவர்களைத் தவிர மற்ற எல்லா மக்களையும் சூத்திரத்தன்மைக்குள்ளும் தீண்டாமைக்குள்ளும் தள்ளியது என்று கருதினார். மூன்றாவது தீண்டத்தகாத தலித் சாதியினர். இவர்கள் மீது அவர் பெரும்மரியாதை வைத்திருந்தார் மேலும் சாதியத்துக்கு எதிரான போரில் தனது கூட்டாளிகளாக அவர்களைக் கருதினார். ஃபேனனின் அடையாள அரசியலை ஒப்பிட்டுப் பார்த்த போது ராமசாமியின் தெளிவில்லாத வியூகத்தில் இருக்கும் குறைகளைக் காணமுடிந்தது. ஃபேனனில் இருந்து நான் வந்த முடிவு சாதியத்துக்குப் பின்பான சமூகத்தை அடைவதற்கான நடைமுறைக்கு உகந்த பாய்ச்சல் என்பது பிரிவினைகளைப் பற்றிய அறிவு இருக்கும் வரை ஒடுக்குவோர் மற்றும் ஒடுக்கப்பட்டோர் ஆகியோரின் அடையாளங்கள் நீங்கப்போவதில்லை என்ற பிரபஞ்ச தத்துவத்தை அடிப்படையாகக் கொண்டு இருக்கிறது.'

இது கார்த்திக் ராம் மனோகரனின் கட்டுரையின் சுருக்க உரை. இது பிராமணியத்தைப் பற்றிப் பேசாமல் தங்கள் இருப்பினாலேயே பயமுறுத்தும் பிராமணர்களைப் பற்றிப் பேசுகிறது. நான் தாழ்மையுடன் எழுத்தாளருக்குச் சொல்லிக்கொள்ள விரும்புவது என்னவென்றால், பெரியாரால் மிகவும் தவறாக சித்திரிக்கப்பட்ட ஒடுக்குவோரின் அடையாளத்தை வெளிக்கொணர்வதையே நாங்களும் குறிக்கோளாகக் கொண்டுள்ளோம். மேலும் மிகவும் சந்தோஷமாக

ஒடுக்கப்பட்டோர் போர்வை அணிந்திருக்கும் ஒடுக்குவோரை அடையாளப்படுத்துவதையும் குறிக்கோளாகக் கொண்டிருக்கிறோம்.

தமிழ் நாட்டின் அரசியல், கல்வி மற்றும் சமூக அமைப்புகளை ஆட்டுவித்த பிராமணப் பேயை எப்பொழுதோ ஓட்டிவிட்டாயிற்று. இப்போது அவ்வமைப்புகளில் புதிய பேய்கள் புகுந்துள்ளன. அவை எல்லாம் அதி சுத்தமான பிராமணரல்லாத மற்றும் தலித் அல்லாத பேய்கள். இந்தப் பேய்களின் ஆதிக்கத்தை மறைக்கும் உள்நோக்கத்துடன் போலியான பிராமணப் பேயை இன்னமும் ஓட்டிக் கொண்டிருக்கிறார்கள்.

(என். கல்யாண ராமன் அவர்களின் உள்ளீட்டுக்கு நன்றி).

அக்டோபர் 7, 2017

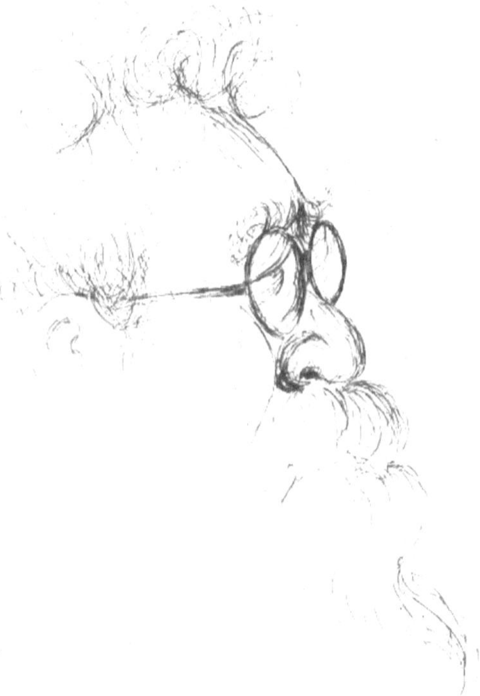

டாக்டர் அம்பேத்கரைக் கொண்டாடிவிட்டு பெரியாரை எதிரியாகச் சித்திரிப்பதில் எந்தப் பொருளும் இல்லை

பெரியாரும் அவர் உருவாக்கிய தத்துவ மரபும்
எப்போதும் விமர்சனத்துக்கு உள்ளாக்கப்படலாம்.
ஆனால் அவர் கூறியவற்றைத் திரிக்கக் கூடாது.

புனித பாண்டியன்

கடந்த இருபது ஆண்டுகளாக தலித் செயல்பாட்டாளராகவும் பத்திரிகையாளராகவும் இருந்து வரும் எனக்குள் பாபா சாகேப் அம்பேத்கரும் பெரியாரும் சரிசமமான அளவில் தாக்கத்தை ஏற்படுத்தியுள்ளனர். அண்மையில் பி.ஏ.கிருஷ்ணன் மற்றும் என்.கல்யாணராமன் ஆகிய இருவரும் எழுதிய மூன்று கட்டுரைகள் 'தி வயர்' - ஆங்கில இணைய இதழில் வெளிவந்தன. அவற்றில், ஒருபுறம் அம்பேத்கரை உயர்த்திப் பிடித்தும் மறுபுறம் பெரியாரை ஒரு பார்ப்பன வெறுப்பாளராக மட்டுமே சித்திரித்தும் எழுதப்பட்டிருந்தது. இது ஒருபுறம் எனக்கு வியப்பை அளித்தாலும், இன்னொருபுறம் உண்மையில் வியப்பேதுமில்லை என்றுதான் சொல்லவேண்டும்.

கடந்த 20 ஆண்டுகளாக, 'தலித் முரசு' என்கிற தமிழ் மாத இதழுக்கு ஆசிரியராக இருந்து வருகிறேன். 'தலித் முரசு' இதழின் ஒவ்வொரு இதழிலும், சாதி எதிர்ப்புப்போராளிகளான அம்பேத்கர் மற்றும் பெரியாரின் ஒத்த கருப்பொருள்களைக் கொண்ட எழுத்துகளும் பேச்சுகளும் பதிப்பிக்கப்பட்டிருக்கின்றன. தமிழ் அச்சு உலகை அறிந்தவர்களும், தங்களைச் சாதி எதிர்ப்பை முன்னெடுப்பவர் களாகவும் காட்டிக்கொள்பவர்களான பி.ஏ.கிருஷ்ணன், கல்யாணராமன் ஆகியோர் இதனைக் கவனிக்காமல் இருந்திருப்பது எனக்கு வியப்பை ஏற்படுத்தினாலும், முன்பு சொன்னது போலவே உண்மையில் வியப்பேதுமில்லை என்றுதான் சொல்லவேண்டும்.

ஒரு தலித் செயல்பாட்டாளனாக எனது நிலை இதுதான்: என்னை தலித்தாக்கியது பெரியார் அல்ல; பார்ப்பனிய இந்துத்துவமே. நான் பெரும் பணக்காரனாக ஆனாலும், அர்ச்சகராக மாறினாலும் நான் கீழ்சாதிக்காரனாகவும் தலித்தாகவும்தான் இருப்பேன். இதில் பெரியாருக்கு எந்தப் பங்குமில்லை. அவர் ஏதாவது செய்திருக்கிறார் என்றால், அம்பேத்கரைப் போலவே அவரும் இறக்கும்வரை சாதியை அழித்தொழிப்பதற்காக இடைவிடாத போராட்டத்தை மேற்கொண்டார்.

காரல் மார்க்ஸும், ஏங்கல்ஸும் எழுதிய கம்யூனிஸ்ட் கட்சி அறிக்கை எப்படி கம்யூனிஸ்டுகளுக்கான அடிப்படையாகப் பார்க்கப்படுகிறதோ,

அதேபோல் அடிமை வகுப்பினருக்கான அடிப்படை நூலாகப் பார்க்கப்படும் அம்பேத்கர் எழுதிய 'சாதியை அழித்தொழிக்கும் வழி' என்கிற நூலை பெரியார் தனது 'குடிஅரசு' இதழில் வெளியிட்டார் என்பதும்; அம்பேத்கரின் பல கருத்துகளைத் தனது எழுத்துகளிலும் உரைகளிலும் தொடர்ச்சியாக மேற்கோள்காட்டி வந்தார் என்பதும் பி.ஏ.கிருஷ்ணனுக்கும் கல்யாணராமனுக்கும் தெரியாத ஒன்றல்ல.

அம்பேத்கரைப்போல் அல்லாமல் பெரியார் பார்ப்பனியத்தை வெறுக்காமல் பார்ப்பனர்களை வெறுத்தார் என்கிற குற்றச்சாட்டு அவர் மீது வைக்கப்படும்வேளையில், இது குறித்து அம்பேத்கர் என்ன கூறியிருக்கிறார் என்று பார்ப்பது மிகவும் முக்கியமானது.

> 'மொத்த இந்துக்களின் மக்கள் தொகையில் சுமார் எண்பது சதவிகிதத்தினராக உள்ள சூத்திரர்கள், தீண்டத்தகாதவர்கள் போன்ற அடிமட்ட வகுப்பினர்களின் நீண்ட நெடுங்கால வன்நெஞ்சம் படைத்த வைரிகளாக பார்ப்பனர்கள் இருந்து வந்திருக்கிறார்கள். இது வரலாறு கூறும் அசைக்கமுடியாத, மறுக்கமுடியாத உண்மை. இந்தியாவிலுள்ள அடித்தட்டு வகுப்புகளைச் சேர்ந்த சாமானிய மனிதன் இன்று தாழ்த்தப்பட்டவனாக, வீழ்த்தப்பட்டவனாக, இழிவினும் இழிந்த பிறவியாக, எத்தகைய லட்சியங்களும் இல்லாதவனாக இருக்கிறான் என்றால் அதற்கு பார்ப்பனர்களும் அவர்களுடைய சித்தாந்தமுமே முற்றிலும் காரணம். பார்ப்பனியத்தின் அடிப்படையான, முக்கியமான ஆறு கோட்பாடுகள் வருமாறு:

1. பல்வேறு வகுப்பினர்களிடையே படிநிலையில் அமைக்கப்பட்ட ஏற்றத்தாழ்வு.
2. சூத்திரர்கள் மற்றும் தீண்டத்தகாதவர்களின் அறவே பாதுகாப்பற்ற நிலைமை
3. சூத்திரர்களுக்கும் தீண்டத்தகாதவர்களுக்கும் கல்வி வசதி முற்றிலும் மறுக்கப்படுதல்
4. சூத்திரர்களும் தீண்டத்தகாதவர்களும் உயர் பதவி வகிப்பதைத் தடை செய்தல்
5. சூத்திரர்களும் தீண்டத்தகாதவர்களும் சொத்துகள் வைத்துக் கொள்வதைத் தடை செய்தல்
6. பெண்களை முற்றிலும் அடிமைப்படுத்தி ஒடுக்குதல் (B.R. Ambedkar, Writings and Speeches, vol 9, Pg 215. *தமிழில்: டாக்டர். பாபா சாகேப் அம்பேத்கர்: எழுத்தும் பேச்சும் - பாகம் 16 பக்கம் 347)*

பார்ப்பனியத்தை நிலைத்திருக்கச் செய்தலில் பார்ப்பனர்களின் பங்கு குறித்து கூர்ந்து நோக்கி அம்பேத்கர் கூறியவை இத்துடன் நிறைவடையவில்லை.

‘இந்தியா ஒன்றில்தான் கல்வியை பார்ப்பனர்கள் தங்களுடைய ஏகபோகச் சொத்தாக்கிக் கொண்டிருந்தனர். அடித்தட்டு வகுப்பினர் கல்வி கற்க விரும்புவதை தண்டனைக்குரிய கொடுங்குற்றமாக அவர்கள் பிரகடனம் செய்தனர்; அவர்களுடைய நாவுகள் துண்டிக்கப்படும் அல்லது அவர்களது செவிகளில் பழுக்கக் காய்ச்சிய ஈயம் ஊற்றப்படும் என்று எச்சரிக்கை செய்தனர்..... பார்ப்பனன் தன் ஆதரவை அளித்திடாத எந்த சமூகக் கேடுமே, சமூக அநீதியுமேஇல்லை எனலாம். வெறித்தனமான சாதி உணர்வு, தீண்டாமை, அணுகாமை, பார்க்காமை போன்ற மனிதனிடம் மனிதன் நடந்து கொள்ளும் சிறிதும் மனிதாபிமானமற்ற, மனித நேயமற்ற செயல்கள் அவனுக்கு தர்மம் போன்றதாகும், எனினும் மனிதனுக்கு இழைக்கப்படும் கொடுமைகள் மட்டுமே அவனுக்கு தர்மம் என்று எண்ணிவிடாதீர்கள்.

உலகின் எந்தப் பகுதியிலும் பெண்களுக்கு இழைக்கப்படும் மிகமிக மோசமான அக்கிரமங்களை எல்லாம், அட்டூழியங்களை எல்லாம் அவன் ஆதரித்திருக்கிறான். விதவைகள் ‘சதி’களாக உயிரோடு சுட்டெரிக்கப்பட்டனர். விதவைப் பெண்களை உயிரோடு துள்ளத்துடிக்க சுட்டெரிக்கும் சதி முறைக்கு பார்ப்பனன் தனது முழு ஆதரவை அளித்தான். விதவைகள் மறுமணம் செய்துகொள்ள அனுமதிக்கப்படவில்லை. இந்த சித்தாந்தத்தை அவன் உறுதியோடு நிலைநாட்டினான். சிறுமிகள் எட்டு வயதுக்கு முன்னதாக திருமணம் செய்து வைக்கப்பட்டனர். அவள் பூப்புப் பருவத்தை எய்திருந்தாலும் இல்லாவிட்டாலும் அவளுடைய கணவன் அவளுடன் உடல் உறவுகொள்ள உரிமை பெற்றிருந்தான். இந்த சித்தாந்தத்துக்கும் பார்ப்பனனது பலமான ஆதரவு இருந்தது.

சூத்திரர்களுக்கும் தீண்டத்தகாதவர்களுக்கும் பெண்களுக்கும் சாஸ்திர சட்ட விதிமுறைகளை வகுத்துத் தருபவர்கள் என்ற முறையில் பிராமணர்கள் நிகழ்த்தியிருக்கும் சாதனை உலகின் இதர பகுதிகளிலுள்ள அறிவுத்துறை வகுப்பினர்களின் சாதனைகளுடன் ஒப்பிடும்போது மிகவும் கொடூரமானதாகும். ஏனென்றால் கல்வி அறிவற்ற தனது நாட்டு மக்களை என்றென்றும் நிரந்தர அறியாமையிலும் வறுமையிலும் ஆழ்த்தி வைத்திருப்பதற்கு ஒரு சித்தாந்தத்தை உருவாக்க இந்தியாவிலுள்ள பார்ப்பனர்களைப்

போல் வேறு எந்த அறிவுத்துறை வகுப்பினரும் அறிவு விபச்சாரம் செய்ததில்லை.

தன்னுடைய முன்னோர்களால் வகுத்துத் தரப்பட்ட பார்ப்பனிய சித்தாந்தத்தில் இன்று ஒவ்வொரு பார்ப்பனனும் முழு நம்பிக்கை வைத்திருக்கிறான். அவன் இந்து சமுதாயத்தில் ஓர் அந்நிய சக்தி ஆவான். பிரெஞ்சுக்காரனுக்கு ஜெர்மானியன் எவ்வாறு அந்நியனோ அவ்வாறே சூத்திரர்களுக்கும் தீண்டத்தகாதவர்களுக்கும் பார்ப்பனன் அந்நியன். அவனுக்கும் அடித்தட்டு வகுப்பினர்களான சூத்திரர் களுக்கும் தீண்டத்தகாதவர்களுக்கும் இடையே உண்மையிலேயே ஒரு படு பாதாளம் இருக்கிறது. அவன் அவர்களுக்கு அந்நியன் மட்டுமல்ல, பகைவனுமாவான். அவர்களுக்கிடையேயான உறவில் மனச்சான்றுக்கு, நேர்மை உணர்வுக்கு இடமில்லை; நியாயத்தின் குரலை அங்கு கேட்க முடியாது...' (Ibid 215-216. தமிழில் அதே நூல் பக்கம் *348-349)*

பெரியார் மீது இந்த இரண்டு எழுத்தாளர்களும் வைத்த மற்றொரு குற்றச்சாட்டு அவர் காலனியத்தை ஆதரித்தார் என்பது. ஆக, இப்போது, சுதந்திர இந்தியா குறித்து அம்பேத்கருக்கு எழுந்த ஐயங்கள் குறித்துப் பார்க்கலாம்.

'...இந்த அடிப்படையில் நோக்கும்போது, சுயராஜ்யம் இந்துக்களை மேலும் வலிமைமிக்கவர்களாகவும், தீண்டத்தகாதவர்களை ஆதரவற்றவர்களாகவுமே ஆக்கும். மேலும், சுயராஜ்யம் இந்துக்களுக்கு ஏராளமான, தாராளமான பொருளாதார அனுகூலங் களை அளிக்கும் என்ற கண்ணோட்டத்திலிருந்து பார்க்கும்போது, சுய ராஜ்யம் தீண்டாமையை ஒழித்துக் கட்டுவதற்குப் பதிலாக அதற்குப் புத்துயிர் அளிக்கவே செய்யும் என்பது தெளிவு' (Ibid page *198*. தமிழில் அதே நூல் *321)*. அம்பேத்கர் மேலும் எச்சரிக்கிறார் :

'ஒருவர் பின்வருமாறு விளக்கக்கூடும்: இந்தியா முழு அரசுரிமை படைத்த ஒரு சுதந்திர நாடாக ஆன பிறகு உண்மையில் என்ன நிகழும்? எது எப்படியிருப்பினும் ஒன்று மட்டும் நிச்சயம். சுதந்திரம் என்னும் மந்திரக் கோலால் ஆதிக்க வகுப்பு மறைந்துவிடாது. அது என்றும் போல் உயிர் வாழும். அது மட்டுமல்ல, கொடுங்கனவு போல் வந்த பிரிட்டிஷ் ஏகாதிபத்திய பூதத்திடமிருந்து விடுபட்ட காரணத்தால் அது முன்பைவிட வலிமையும் பெற்றதாக இருக்கும்.' *(*Ibid page 212. தமிழில் அதே நூல் *342)*

பிறப்பு வழி ஏற்றத்தாழ்வுகளைக் களைந்து ஜனநாயகமாக்குதல்

அடிமை வகுப்புகளுடைய பொருளாதார மேம்பாடோ, சமூக முன்னேற்றமோ சமூகத்திலும், இந்நாட்டிலும் இருக்கும் அனைத்து ஏற்றத்தாழ்வுகளுக்கும் ஆதாரமாக விளங்கும் சாதியை முற்றிலும் நீக்கிவிடாது என்பதை பெரியார், அம்பேத்கர் இருவருமே தொடர்ந்து சுட்டிக்காட்டி வந்தனர். சூத்திரர்களையும் தீண்டத்தகாதவர்களையும் உள்ளடக்கி அடிமை வகுப்பினர் என்று வரையறுத்த அம்பேத்கர், அவர்கள் சார்பாகப் பேசும்போது...

> 'முழு அரசுரிமை படைத்த சுதந்திர இந்தியாவில் ஒரு வாழ்க்கைத் தத்துவம் என்கிற முறையிலும், ஒரு சமூக அமைப்பு என்கிற முறையிலும் பார்ப்பனியம் அடியோடு ஒழித்துக் கட்டப்பட வேண்டும், ஆழக் குழி தோண்டிப் புதைக்கப்பட வேண்டும் என்று அவர்கள் விரும்புகிறார்கள் என்பதில் எனக்கு எந்த ஐயமும் இல்லை. இவ்வாறில்லாமல் சமூக மேம்பாடு குறித்து அவர்களுக்கு எத்தகைய அக்கறையும் இல்லை என்று துணிந்து கூறுவேன். அவர்களுடைய வறுமையும் இல்லாமையும் நேர்மையற்ற கொடிய நச்சுத்தனமான சமூக அமைப்பில் அவர்கள் அனுபவிக்கும் அவமதிப்பு, அவமரியாதை, ஏளனம், இகழ்ச்சி, நிந்தை, பரிகாசம் இவற்றுடன் ஒப்பிடும்போது அத்தனை ஒன்றும் பெரிதல்ல.. அவர்களுக்கு தேவை மானமும் மரியாதையுமே தவிர ரொட்டியல்ல... *(Ibid 212-213. தமிழில் அதே நூல் பக்கம் 343-344)*

பெரியார், 'சுயமரியாதை இயக்கம்' என்கிற பெயரைத் தேர்ந்தெடுத்ததன் மூலம் அம்பேத்கரின் சமூக, அரசியல் கருத்துகளையே அவரும் கொண்டிருந்தார் என்று புரிந்துகொள்ளமுடிகிறது. சாதி மேலாதிக்க வன்முறையால் நடைபெறும் குறிப்பிட்ட சில சம்பவங்களை முன்வைத்து அதற்கு எதிராகச் செயலாற்றுவதைக் காட்டிலும் அதுபோன்ற வன்முறைகளைத் தூண்டிவிடும் சித்தாந்தத்தை அழிப்பதே முக்கியம் என்று அம்பேத்கரும் பெரியாரும் நம்பினர். மேலும் அந்த சித்தாந்தம் பல்வேறு சாதிகளிடையே இணக்கத்தை உருவாகவிடாமல் தடுப்பதன் மூலம் இந்திய மண்ணை ஜனநாயகப்படுத்தும் திட்டத்துக்கு எதிரியாக இருக்கிறது என்பதையும் உணர்ந்திருந்தார்கள். ஆக, இந்த சித்தாந்தத்தை உடைக்க ஒருவரின் பிறப்பு வழி ஏற்றத்தாழ்வுகளைக் களைந்து ஜனநாயகப்படுத்த வேண்டும். அது சாதியை ஒழிப்பதன் மூலமாகவே சாத்தியமாகும்.

2012 ஆம் ஆண்டு நடத்தப்பட்ட இந்திய மானுட வளர்ச்சி கணக்கெடுப்பில் (IHDS) தீண்டாமையைக் கடைப்பிடிக்கும் வீடுகளில்

பெரும்பான்மையானவை (52%) பார்ப்பனர்களின் வீடுகள் என்று அந்த ஆய்வு தெரிவிக்கிறது. இதுபோன்ற தினசரி நடவடிக்கைகளே சாதிப் படிநிலைகளை மறுசீரமைப்பதில் முக்கியப் பங்கு வகிக்கிறது.

சாதிக்கு எதிரான அறப்போராட்டத்தில் ஈடுபட்ட பூலே, அம்பேத்கர், பெரியார் ஆகியோரின் காலகட்டங்களில் மட்டுமல்ல இவர்களுக்கு எல்லாம் முன்னோடியான புத்தர் காலகட்டத்தில் இருந்தே பார்ப்பனர்கள், அதிகாரத்திலும், நீதித்துறையிலும், ஊடகத்திலும் உயர் பதவிகளை ஆக்கிரமித்திருந்தார்கள் என்பது நாம் அனைவரும் அறிந்ததே. தேர்தல் வழி ஜனநாயக ஆட்சி வந்த பிறகே இந்த அதிகாரம் பிற்படுத்தப்பட்ட மற்றும் தலித் மக்களின் கைகளுக்கு நகர்ந்தது. இந்த அதிகார நகர்வு என்பது பிற்படுத்தப்பட்டவர்களை நோக்கிச் சற்று அதிகமாகவும் அதேவேளையில் தலித் மக்களை நோக்கி குறைவாகவும் இருந்தது. நிலைமை இப்படி இருக்க, பெரியாரை வில்லனாகச் சித்திரித்துவிட்டு அம்பேத்கரை தேசிய அடையாளமாக சித்திரிப்பதற்கான தேவை எங்கிருந்து வந்தது என்பதே கேள்வி.

பிரித்தாளும் சூழ்ச்சி என்பது இந்திய ஆளும் வகுப்பினரின் நீண்ட கால வழிமுறையாக இருக்கிறது. இங்கு மற்றொரு அசைக்கமுடியாத ஆணித்தரமான உண்மையை நாம் கவனித்தாக வேண்டும். அம்பேத்கரைத் தூக்கிப் பிடிப்பதன் மூலம் ஆளும் வகுப்பினரால் கணிசமான வாக்குவங்கியைத் தங்கள் பக்கம் இழுக்க முடியும். ஆனால் பெரியாரைத் தூக்கிப்பிடிப்பதன் மூலம் அவர்களது வாக்குவங்கியை பெருக்கிக்கொள்ளமுடியாது. ஏனென்றால் பெரியார் அத்தகைய வாய்ப்பை ஆளும் வகுப்பினருக்கு வழங்கவில்லை.

பெரியாரை எதிரியாக சித்திரிப்பதையும் அம்பேத்கரை தேசிய அடையாளமாகச் சித்திரிப்பதையும் ஏன் இப்போது செய்ய வேண்டும் என்றும் ஒரு கேள்வி எழுகிறது. இந்தக் கேள்விக்கான விடை மற்றொரு கேள்விக்கான விடையில் அடங்கியிருக்கிறது. தமிழ்நாட்டில் பிற்படுத்தப்பட்ட மற்றும் ஒடுக்கப்பட்ட மக்களுக்கு இடையே உருவாகிவரும் கூட்டணி அதிகாரத்தில் இருப்பவர்களுக்குக் கவலையை ஏற்படுத்துகிறதா என்பதுதான் அந்தக் கேள்வி. இதற்கான விடை 'ஆம்' என்றுதான் நம்புகிறேன். சாதி ரீதியான ஏற்றத்தாழ்வு களைக் கண்டுகொள்ள மறுக்கும் சாதியவாதிகளால் மட்டுமே இந்துத்துவ ஆட்சியின் கீழ் பார்ப்பன-பனியா கூட்டணி வளர்வதைக் கவனிக்காமல் இருக்க முடியும். அம்பேத்கரும் பெரியாரும் தொடர்ந்து இந்தக் கூட்டணியின் ஆதிக்கத்தைக் குறிப்பிட்டு எச்சரித்து வந்ததால் இந்துத்துவ ஆட்சியின் பயனாளிகளான இவர்கள் பிற்படுத்தப்பட்ட

மற்றும் ஒடுக்கப்பட்ட மக்களின் கூட்டணியைக் கண்டு அஞ்சுவதைப் புரிந்துகொள்ளமுடிகிறது.

பெரியாரை உண்மையிலேயே தெரிந்துகொள்ளவேண்டும்; அவரைப் புரிந்துகொள்ளவேண்டும் என்று விரும்பும் எவரும் பார்ப்பனர்களைத் தாக்க அவர் பயன்படுத்திய வசை மொழிகளையும் இழிமொழி களையும் - யாருக்காக அவர் குரல் கொடுத்தாரோ, யாருக்காக அவர் போராடினாரோ, யாரை சூத்திரராகவும், ஆதி சூத்திரராகவும் இருப்பதற்கு வெட்கப்படவேண்டும் என்று கூறினாரோ, யாருக்கு சுயமரியாதையையும் சுய மதிப்பையும் அறிவுறுத்தினாரோ - அவர்கள் மீதும் பயன்படுத்தியுள்ளார் என்பதையும் தெரிந்துகொள்ளவேண்டும்.

பி.ஏ.கிருஷ்ணன் ஆர்வத்துடன் யாருடைய கண்ணியத்தைக் காக்க நினைக்கிறாரோ அம்மலையாளிகளுக்கும் இவ்வசை மொழிகள் பொருந்தும். பார்ப்பன ரத்தம் தங்களுக்குள் ஓடுகிறது என்பதற்காகப் பெருமை கொள்பவர்களை அவமானப்படுத்த வேண்டும் என்பதுதான் பெரியாரின் நோக்கம் என்று பி.ஏ.கிருஷ்ணன் புரிந்துகொள்ளவில்லை. உண்மையில் கலப்பினத்தை ஆதரித்தது யாரென்றால் ஆர்.எஸ்.எஸ். மற்றும் பாஜகவின் ஒப்பற்ற குருவான எம்.எஸ்.கோல்வால்கர்தான்.

> 'இன்றைக்குக் கலப்பினத்தை உருவாக்குவதற்கான சோதனைகள் விலங்குகளுக்கு இடையில் மட்டுமே நடைபெறுகின்றன. இந்த சோதனைகளை மனிதர்கள்மீது நடத்த இன்றைய நவீன விஞ்ஞானி களுக்குக்கூடத் துணிவில்லை. இன்று எங்காவது மனிதக் கலப்பினங்கள் காணப்படுமாயின் அது விஞ்ஞானத்தாலன்றி உடலின் காமவேட்கையாலேயே நடந்திருக்கும்.
>
> இப்போது கலப்பின விசயத்தில் நமது முன்னோர்கள் செய்த சோதனைகளைப் பார்ப்போம். கலப்பினம் செய்வதன் மூலம் மனித இனத்தை மேலும் செழுமைப்படுத்த நம்பூதிரி பார்ப்பனர்கள் வடக்கில் இருந்து இடம்பெயர்ந்து கேரளாவில் குடியேறினர். அப்போது, நம்பூதிரி பார்ப்பனர்களின் குடும்பத்தில் பிறக்கும் மூத்த மகன் கேரளாவில் வசிக்கும் வைசிய, சத்திரிய, சூத்திர சாதியைச் சேர்ந்த பெண்களை மட்டுமே திருமணம் செய்யமுடியும் என்கிற விதி ஏற்படுத்தப்பட்டது. மற்றுமொரு தைரியமான விதியும் நமது முன்னோர்களால்கொண்டுவரப்பட்டது. அது என்னவெனில் திருமணமான பெண் எந்த சாதியைச் சேர்ந்தவராக இருந்தாலும் அவர் முதல் குழந்தையை நம்பூதிரி பார்ப்பனன் ஒருவனுக்குத்தான் ஈன்றெடுக்க வேண்டும். அதன் பிறகு அவள் தனது கணவனுக்குக் குழந்தைகளைப் பெற்றெடுக்கலாம். இன்று இது கள்ள உறவுஎன்று

*அழைக்கப்படும் ஆனால் முதல் குழந்தைக்கு மட்டும்தான் இந்த உறவு என்பதால் அவ்வாறு அழைத்தல் சரியல்ல.' (எம்.எஸ்.கோல்வால்கர், ஜனவரி **2, 1961**; பக்கம்- 5, ஆர்கனைசர், ஷாம்ஷுல் இஸ்லாம் எழுதிய In defence of Caste and against Cross-Breeding in Kerala: Golwalkar, Sabarang,* March 15, 2016 நூலில் இருந்து *எடுக்கப்பட்ட மேற்கோள்.)*

ஆபத்பாந்தவனாக மாறிய பார்ப்பன அறிவுஜீவிகள்

'காந்தியும் காங்கிரஸும் தீண்டத்தகாதவர்களுக்குச் செய்தது என்ன?' என்பது குறித்து அம்பேத்கர் எழுதியவற்றை வாசிக்காமலேயே மறைந்த காஞ்சி பரமாச்சாரியாரின் 'ஒப்பற்ற ஜனநாயகப்' பார்வை எப்படி முற் காலங்களில் பார்ப்பன - சத்திரிய கூட்டணி இருந்தது என்பது பற்றி விளக்குகிறது. அது என்னவென்று பார்ப்போம்.

அவருடைய சொற்பொழிவு ஒன்றில், மனுஸ்மிரிதி இந்து சட்டத்துக்கு அடிப்படையானது என்றும் உண்மையான இந்து ராஜ்ஜியத்துக்கு அது வழிகாட்டும் மைல் கல்லாக இருக்கவேண்டும் என்றும் கூறியுள்ளார். மேலும் முற்காலத்தை ஏக்கத்துடன் நினைவு கூர்ந்து; தர்மசாஸ்திரங்களே நிர்வாகத்தின் அடிப்படையாக இருந்ததாகத் தெரிவித்த அவர், ஒட்டுமொத்த தேசத்துக்கும் அரசியல் சாசனம் போல் தர்மசாஸ்திரங்கள் இருந்ததாகவும் குறிப்பிடுகிறார்.

'இருக்கும் தர்மசாஸ்திரங்களிலேயே மனு சாஸ்திரம்தான் முற்கால மன்னர்களுக்குத் தெளிவான, திட்டவட்டமான வழிகாட்டுதல்களை வழங்கியுள்ளது. தன்னலமற்ற ரிஷிகள் உரைத்த தர்மசாஸ்திரத்தைக் கொண்டு உருவாக்கப்பட்ட சட்டங்களை எந்த ஒரு மன்னரும் மாற்ற முனைந்ததில்லை. அந்தச் சட்டங்களைத் திருத்துவதற்கு எவரும் முயன்றதாகவும் தெரியவில்லை' (The Unique Selection Method in Uthiramerur: Democracy in the Vedas, *Bhavan's Journal*, vol 36, no. 8, November 30, 1989, pp 13-53).

பார்ப்பனர்களில் உள்ள மிதவாதிகள் சாஸ்திரங்களுக்கு ஏற்ப அமைக்கப்பட்ட தங்களது வாழ்க்கைமுறையைக் காலத்துக்கு ஏற்ப சீர்திருத்தப்பட வேண்டிய தேவை இருக்கிறது என்று பேசிய வேளையில் அதனை முற்றாக ஒதுக்கிவிட்டு பரமாச்சாரியார் மனுஸ்மிருதி தற்காலத்திலும் ஏற்புடையது என்று தீர்க்கமாக வாதிட்டார். இதனை உறுதி செய்யும் விதமாக அவர் சில தேர்தல் சீர்திருத்தங்களை முன்மொழிந்தார். உதாரணமாக அனைவருக்கும் வாக்குரிமை அளித்திருப்பதை ஒழிக்கவேண்டும் என்று பேசிய அவர் 'வாக்களிக்க

உரிமையானவர்கள் யார் என்பதற்கான தகுதியை சாதியை மட்டும் கொண்டோ, மதத்தை மட்டும்கொண்டோ அல்லது பொருளாதார நிலையை மட்டும்கொண்டோ நிர்ணயிக்கக்கூடாது. ஆனால் இந்த அனைத்து அம்சங்களையும் உள்ளடக்கி நிர்ணயம் செய்ய வேண்டும்' என்று கூறினார்.

ஜனநாயகப்பூர்வமாக இருப்பதுபோல் தோற்றமளிக்கும் இந்த சூத்திரத்தைக் கண்டு ஒருவர் ஏமாந்துவிடக்கூடாது. தேர்தலில் போட்டியிட ஒருவருக்கு என்னென்ன தகுதிகள் தேவை என 'மகாஸ்வாமி' பின்வருமாறு பட்டியலிட்டுள்ளார்:

1. அவர்கள் வரி செலுத்தும் நிலவுடைமையாளர்களாக இருக்க வேண்டும்
2. சொந்த வீடு வைத்திருக்க வேண்டும்
3. முப்பது வயது முதல் அறுபது வயதுக்கு உட்பட்டவராக இருக்க வேண்டும்
4. மிக முக்கியமாக, தர்மசாஸ்திரங்களைக் கற்றுத் தேர்ந்தவராக இருக்கவேண்டும்

மேலும் அவர் கூறுகிறார், 'நாம் ஒரு பெரிய ஜனநாயக நாடு என்பதைக் காட்டிக் கொள்ளும் செயல்பாட்டில் நமது தர்மத்தையும் தர்மத்தின் மதிப்புகளையும் சமரசம் செய்ய அனுமதித்தோமேயானால் அது இறந்த உடலுக்கு அலங்காரம் செய்வது போலானது' (அதே நூல்)

அவரது வழித் தோன்றல்களும் முற்போக்குத்தனத்தில் அவருக்குச் சற்றும் சளைத்தவர்கள் அல்ல. தலித் மக்கள் இந்து கோயில்களுக்குள் நுழைந்து தங்களுக்குத் தாங்களே சிக்கல்களை உருவாக்கிக்கொள்ள வேண்டாம் என அறிவுரை கூறிய அவர்கள், தலித் மக்கள் தங்களுக்கு எனத் தனிக் கோயில்களைக் கட்டிக் கொண்டு மனநிறைவுடன் இருக்கவேண்டும் என ஆலோசனை வழங்கினர். ஒருவேளை தலித் மக்கள் பெரிய கோயில்களுக்குச் சென்றே ஆக வேண்டும் என ஆசைப் பட்டால் அவர்கள் தங்களது உடலை முழுமையாகச் சுத்தப்படுத்திக் கொண்டு செல்லவேண்டும் எனவும் கூறினர்.

தலித் மக்களுக்கு எதிரான வன்மம் மிகுந்த, மனித விரோத மற்றும் நுட்பமான மொழியில் தெரிவிக்கப்படும் தேச விரோதக் கருத்துகளை உதிர்த்த இதுபோன்ற 'ஸ்வாமி'களை தலித் மக்களின் ஆபத்பாந்த வனாக மாறிய பார்ப்பன அறிவுஜீவிகள் இதுவரை எதிர்த்துப் பேசியதாக நாம் பார்க்கவில்லை. அப்படியிருக்க சாதி கலவரங்கள் ஆணவப் படுகொலைகள் ஆகியவற்றுக்கு எதிராக தலித் மக்கள்,

பெரியாரியவாதிகள், இடதுசாரிகள் ஆகியோர் முன்னெடுக்கும் போராட்டங்களில் பார்ப்பன அறிவுஜீவிகள் எப்படி பங்கேற்பார்கள். ஆக ஊருக்கு அறிவுரை சொல்வதற்கு முன் இவர்கள் தங்கள் சொந்த சாதியினரை ஒழுங்குபடுத்துவது நல்லது.

திரிக்கப்படும் வாதங்கள்

பெரியாரும் அவர் உருவாக்கிய சித்தாந்த மரபும் விமர்சனத்துக்கு உள்ளாக்கப்படக்கூடாது என்று நான் சொல்ல வரவில்லை. அதே நேரத்தில் அவற்றை விமர்சிக்கும்போது, பெரியார் எந்தப் பொருளில் ஒரு செய்தியைக் கூறினாரோ அதே பொருளில் அதை எடுத்துக் கொள்ளாமல் வேறு பொருளில் திரித்து எடுத்துக்கொள்ளக் கூடாது என்பதில் தெளிவாக இருக்க வேண்டும். இந்தியாவில் தோன்றிய அனைத்து சாதி எதிர்ப்புத் தலைவர்களைப்போல பெரியாரும் அறவழியிலான போராட்டங்களில் நம்பிக்கை கொண்டவராக இருந்தார். இன்னும் சொல்லப்போனால், இந்த விசயத்தில் அவர் காந்தியைவிட அதிகப்படியான காந்தியவாதியாக இருந்தார்.

1942 ஆம் ஆண்டு நடந்த 'வெள்ளையனே வெளியேறு' இயக்கத்தின் போது நடைபெற்ற வன்முறைச் சம்பவங்களைக் கண்டித்த பெரியார், 1965 ஆம் ஆண்டு தமிழ்நாட்டில் நடந்த இந்தி திணிப்புக்கு எதிரான போராட்டத்தில் நடைபெற்ற வன்முறை நிகழ்வுகளையும் கண்டித்தார். நேரு, ஆங்கில மொழி ஆட்சி மொழியாகத் தொடரும் என்று காமராஜரிடம் நேரடியாகவே வாக்குறுதி அளித்திருந்ததை நினைவு கூர்ந்த பெரியார், அந்த வாக்குறுதி கண்டிப்பாகக் காக்கப்படும் என்று லால் பக்தூர் சாஸ்திரி வலியுறுத்தியதையும் சுட்டிக் காட்டினார். அந்நிலையில் வன்முறையினால் சாதாரண மக்கள், காவல்துறை அதிகாரிகள் ஆகியோர் கொல்லப்படுவதும், பொது சொத்துக்கள் அடித்து நொறுக்கப்படுவதும் நியாயமற்றது என்று தெரிவித்தார்.

1968 ஆம் ஆண்டு கீழ்வெண்மணி படுகொலைகள் நடைபெற்றபோது நடுநிலைமையோடு இரு பக்கமும் நடைபெற்ற வன்முறையை ஒட்டுமொத்தமாகவே எதிர்த்தார். அவர் நில உரிமையாளரின் பக்கம் நின்றார் என்பதற்கு எந்த ஆதாரமும் இல்லை. மாறாக, பெரியாரைப் பார்க்க விரும்பிய குற்றவாளியான நில உரிமையாளரை பெரியார் பார்க்க மறுத்தார். அதே வேளையில் அவரது ஆதரவாளர்கள் அவரின் அறவழிக் கொள்கையை மீறி கீழ்வெண்மணி படுகொலைகளை நிகழ்த்திய குற்றவாளியைக் கொலை செய்தனர்.

பெரியார் பார்ப்பனர்களுக்கு எதிரானவர் என்று தொடர்ந்து சொல்லப் பட்டு வரும் நிலையில் இதைப் பதிவு செய்தாகவேண்டும். காந்தியின்

படு கொலை செய்யப்பட்டபோது, மகாராஷ்டிராவில் சில இடங்களில் பார்ப்பனர்களுக்கு எதிரான வன்முறைகள் வெடித்திருந்தன (காந்தியைக் கொன்ற கோட்சே ஒரு மராட்டிய பார்ப்பனர் என்பதால் அப்படியொரு வதந்தி அந்த நேரத்தில் பரவியது) தமிழகத்தில் பார்ப்பனர்களுக்கு எதிராக வன்முறை வெடித்துவிடாமல் தடுக்கக் கோரி பெரியாரை 'அகில இந்திய வானொலி நிலையம்' பேச அழைத்த போது பெரியார் அதனை ஏற்றுக்கொண்டார். அது மட்டுமின்றிக் கல்வி மற்றும் வேலை வாய்ப்புகளில் பெரியார் கோரிய வகுப்புவாரி பிரதிநிதித்துவத்தில் பார்ப்பனர்களையும் உள்ளடக்கியிருந்தார் என்பதையும் நாம் நினைவில்கொள்ளவேண்டும். பெரியார் எப்போதும் பார்ப்பனர்களுக்கு உரிய சமூகப் பங்கைப் பறிக்க வேண்டும் என்று நினைத்ததே இல்லை.

'தமிழ்நாட்டில்தான் மிக அதிகளவில் சாதி மேலாதிக்க வன்முறைகள் பதிவு செய்யப்பட்டிருக்கின்றன (இதற்கு அவர் எந்த புள்ளி விபரங்களும் தரவில்லை). அதனால் பெரியாரும் அவரது வழியைப் பின்பற்றுபவர்களும் தோல்வி அடைந்துவிட்டனர்' என கல்யாண ராமன் தனது கட்டுரையில் குறிப்பிட்டுள்ளார். இந்த வாதம் எந்தளவுக்கு அபத்தமானது என்றால் உத்தரப்பிரதேசத்தில் மூன்று முறை தலித் ஒருவர் முதலமைச்சர் ஆக ஆட்சி செய்த பிறகும் தலித் மக்கள் மீதான கொலை வெறித் தாக்குதல்கள் முடிவுக்கு வரவில்லை; ஆகவே தலித் மக்கள் முதல்வராவதால் எந்தப் பயனும் இருக்கப் போவதில்லை என்று கூறுவதற்கு ஒப்பானது. இந்தத் திரிபுவாதத்தை அம்பேத்கர் மீதும் வைக்க முடியும். அவர் பிறந்த மகாராஷ்டிராவில் இன்னும் தலித் மக்கள் மீதான கொலை வெறித் தாக்குதல்கள் குறைந்த பாடில்லை. இங்கு கோடிட்டுக் காட்டவேண்டிய செய்தி என்ன வென்றால் தமிழ்நாட்டில் தலித்துகளுக்கு எதிராக நடைபெறும் வன்முறையைப் பற்றிக் குறிப்பிடும் பி.ஏ.கிருஷ்ணன் மற்றும் கல்யாணராமன் ஆகிய இரண்டு எழுத்தாளர்களும் தற்போது தமிழ்நாட்டில் ஏற்பட்டுள்ள தலித் இலக்கியங்களின் மலர்ச்சி குறித்தும் மற்ற அறிவுசார் துறைகளில் பெருகி வரும் தலித்களின் படைப்புகள் குறித்தும் பேசவேயில்லை. இத்துறைகளில் தலித்களின் செயல் பாடுகள் இன்னும் பார்க்க இயலாதவையாக இருக்கின்றனவா என்ன?

பெரியார் சாதி விவகாரங்களில் எழுப்பிய கேள்விகள் எல்லாமே அவர் வாழ்ந்த காலத்தில் அவர் கண்டு உணர்ந்தவற்றில் இருந்தும் அனுபவப் பூர்வமான ஆதாரங்களில் இருந்தும் எழுப்பியவை. அவர் 'சாதி ஒழிப்பு என்பதைச் செங்குத்தான மலையில் தலைகீழாக ஏறுவது போன்றது' என்றே சித்திரித்தார். அவர் எந்தப் பெரிய கோட்பாட்டுக்கும் சொந்தம்

கொண்டாடவில்லை. ஆனால் ஒன்றுக்கும் மேற்பட்ட இடங்களில் அம்பேத்கரின் மேதமையைக் கண்டு பாராட்டியதோடு அவரைத் தனது தலைவராகவும் ஏற்றுக்கொண்டிருக்கிறார். பெரியார் தான் செய்த வேலைகள் பெரியவை என்று எந்த மாயைக்கும் ஆட்படவில்லை. குறிப்பாக, அதனை மயிரைக் கட்டி மலையை இழுக்கும் வேலை என்றே அவர் குறிப்பிட்டுவந்தார். இந்தச் சூழலில்தான், சாதியப் பிரச்னைகளை மேலும் தெளிவான அறிவார்ந்த பார்வையாலும் தீர்க்கமான நடவடிக்கைகளாலும் கையாள்வது இனி வரும் தலைமுறையினரின் கையில் விடப்பட்டுள்ளது.

அக்டோபர் 15, 2017

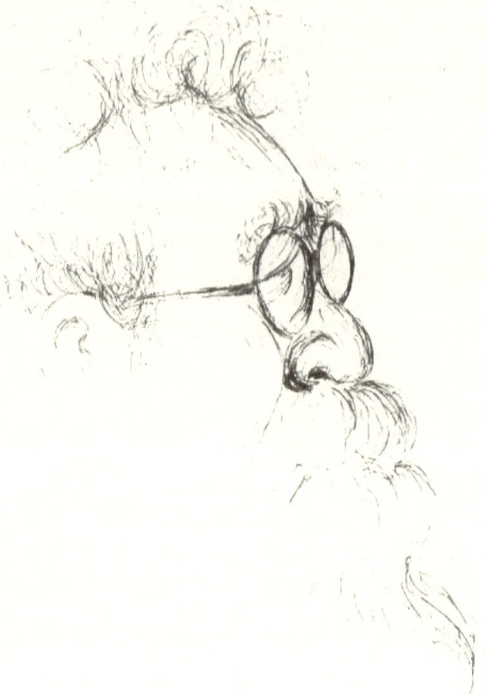

பெரியாரைப் பின்பற்றுபவர்கள் அவரிடம் இல்லாத பண்புகளையெல்லாம் அவரிடம் இருந்ததாகக் கூறுகின்றனர்

தனது அரசியல் கொள்கைகளை முன்னெடுப்பதில் கவனம் செலுத்துவதைவிட பெரியார் மாநாடுகளிலும் பேருரைகளிலுமே வாளைச் சுழற்றினார்.

பி.ஏ. கிருஷ்ணன்

நான் காரல் மார்க்ஸ், மகாத்மா காந்தி, ஜவாஹர்லால் நேரு ஆகியோரின் மாணவன். அம்பேத்கர் மீது எனக்கு மிகுந்த மரியாதை உள்ளது. இருப்பினும், நான் காந்தியையும், நேருவையுமே உயர்ந்த இடத்தில் வைத்துப் பார்க்கிறேன். வெகு நாட்களுக்கு முன், முதன் முறையாக புனித பாண்டியன் குறிப்பிட்ட 'பிராமண துவேச' மேற்கோள்களை வாசித்தபோது அதிர்ந்துபோனேன். அவை அத்தனையிலும் அறிவுப்பூர்வமாக வெளிப்படுத்திக்கொள்ளப்பட்ட வெறுப்பின் நச்சுப் புகைகளே இருந்தன. அந்த வெறுப்பு இன்னும் தொடர்ந்து கொண்டே தான் இருக்கிறது. இருப்பினும், அம்பேத்கரின் வார்த்தைகளில் இந்த வெறுப்பு அடிக்கடி வெளிப்பட்டதில்லை. நான் பெரியாரையும் உயர்ந்த இடத்திலேயே வைத்திருப்பேன். ஆனால் அப்படிச் செய்தால் அவரது மொத்த எழுத்துகளில் சூழ்ந்துள்ள வெறுப்பின் நச்சுப் புகைகளைக் கண்டும் காணாமல் தவிர்த்து விட்ட ஒரு பொய்யனாக ஆகிவிடுவேன்.

புனித பாண்டியன் பெரியாரை மேற்கோளாகக் காட்டுவதை லாவகமாகத் தவிர்த்துவிட்டு, M.S. கோல்வால்கர், காஞ்சி சங்கராச்சாரியார் ஆகியோரை மட்டும் நீளமாக மேற்கோளிடுகிறார். இந்த இருவர் மீதும் எனக்கு எந்தக் கரிசனமோ உடன்பாடோ இல்லை. நரேந்திர மோதியின் எழுச்சிக்கு முன்பிருந்தே, இந்துத்துவாவையும், பி.ஜே.பியையும் எதிர்த்து நான் தொடர்ந்து எழுதிக் கொண்டிருக்கிறேன். பெரியாரைப் பற்றிய எனது பார்வையும் தமிழ் வட்டத்தில் அனைவரும் அறிந்ததே. நான் ஒரு பிராமணப் பெற்றோருக்கு பிறந்ததாலேயே கோல்வால்கரையும் சங்கராச்சாரியாரையும் ஏளனப்படுத்தும்போது அது என் மனதைப் புண்படுத்தும் என்று எண்ணுவது நியாயமற்றது.

பிராமணர்களே முதன்மை எதிரிகள் என்கிற அம்பேத்கரின் நிலைப்பாடு வெறும் இறையியல் சார்ந்ததேயன்றி வரலாறு சார்ந்ததோ, சமூகவியல் சார்ந்ததோ அல்ல. Social Formations of Early South India எனும் புத்தகத்தில், சமூகவியலாளர் இராஜன் குருக்கள் கீழ் வருமாறு கூறுகிறார்.

‘சமூக அடுக்குகள் பிராமணியமயமாவது என்பது வரலாற்றுரீதியாகவும் கலாசாரரீதியாகவும் நிகழ்ந்த ஒரு இயல்பான விளைவே அன்றி சதித்திட்டத்தினால் உருவானது அல்ல..... பிராமணர்கள் அரசியல் வெளியில் தங்களது செல்வாக்கைப் பயன்படுத்தி அதிகாரத்தில் இருப்பவர்களைத் தூண்டி சாதி ஏற்றத்தாழ்வுகளை உருவாக்கி அவற்றைக் கட்டமைத்ததுபோல் தெரியவில்லை. சாதியைக் கட்டமைத்த தூய்மையான ‘தான்’ மற்றும் தூய்மையற்ற ‘அவர்கள்’போன்ற கருத்துகள் பழங்குடியினர் மற்றும் பழங்கால சமூகத்தின் கிடைமட்ட சமூக பிரிவுகளின் அங்கமாகவே இருந்து வந்தன. பரம்பரை தொழில்களைச் செய்யும் குழுக்களோடு சேர்ந்து ஜாதிகள் உருவானது கூட பிராமணியத்தினால் நிகழ்ந்தது அல்ல.... சுருக்கமாக, பிராமணியம் என்பது ஜாதி அல்ல; ஆனால் அது படிநிலையை வகைப்படுத்திய கருத்து மட்டுமே. இந்த படிநிலைகள்கூட பிராமணியத்தின் ஒரு பகுதியாக மட்டுமே கட்டமைக்கப்பட்டதில்லை. மாறாக உற்பத்தி உறவுகள் மற்றும் ஆற்றல்போன்ற புறநிலை காரணிகளை சார்ந்து இந்தப் படிநிலைகள் உருவாக்கப்பட்டன’

பிராமணர்கள் கல்வியைத் தங்கள் ஏகபோக உரிமை ஆக்கிக் கொண்டார்கள் என்கிற அம்பேத்கரின் மற்றுமொரு வாதம் ஆதாரங்களை அடிப்படையாகக் கொண்டதல்ல. *1819* ஆம் ஆண்டு ஆளுநராகப் பதவியேற்ற சர் தாமஸ் முன்றோ, தனது ஆட்சியாளர் களிடம் மாகாணத்திலுள்ள பள்ளி, கல்லூரிகளைக் கணக்கெடுக்கச் சொன்னார். இரண்டு ஆண்டுகள் வரை தொடர்ந்த இந்தக் கணக்கெடுப்பின் முடிவு கீழ்வருமாறு.

மொத்த மாணவர்களின் எண்ணிக்கை: *1,88,650*

முஸ்லீம்கள்: *13,561*

பிராமணர்கள்: *42,502*

வைசியர்கள்: *19699*

சூத்திரர்கள்: *85,400*

இதர சாதியினர்: *27,518*

மொத்த மாணவர்களின் எண்ணிக்கையில் பிராமணர்கள் *22%* சதவிகிதம் இருந்தனர். இந்த சதவிகிதம் இயற்கையாகவே அதிகம், ஏனெனில், பிராமணர்களின் பிழைப்பு கல்வி சார்ந்தே இருந்தது. பிராமணர்கள் ஒருபோதும் அரசியல் அதிகாரத்தைக் கொண்டிருக்க வில்லை. துப்பாக்கி முனையில் எதையும் அவர்கள் தங்களது தனியுரிமை ஆக்கவில்லை.

நாம் வாதத்தின் வேகத்தில், கல்வியைப் பொருளாதார முன்னேற்றத்துக்கான கருவியாகப் பார்ப்பது ஒப்பீட்டளவில் நவீன நிகழ்வே என்பதை மறந்துவிடுகிறோம்.

தற்போது பெரியாரிடம் திரும்பலாம்.

என்னுடைய முந்தைய இரண்டு கட்டுரைகளும் பெரியாரைக் கேள்விக் குள்ளாக்கியும் ஒரு குறிப்பிட்ட சூழலுக்குள் பொருத்தியும் விட்டது என்று எண்ணினேன். ஆனால் புனித பாண்டியனின் பதில் கட்டுரைக்குப் பின்னர், அந்தப் பெரிய மனிதரை மேலும் ஒரு சூழலுக்குள் பொருத்தி கேள்விக்குள்ளாக்கலாமே என்று எண்ணுகிறேன்.

1932 ஆம் ஆண்டின் பிற்பகுதியில் பெரியார், ஈரோட்டுத் திட்டம் என்று அறியப்பட்ட ஒன்றை அறிவித்தார். அந்தத் திட்டம், ஒரு பிரிவு அரசியல் பணிக்கு, மற்றொன்று சமூகப் பணிக்கு என பெரியாரின் சுயமரியாதை இயக்கத்தை இரண்டு பிரிவுகளாக உருவாக்கும் நோக்கத்தைக் கொண்டிருந்தது. இரண்டு பிரிவுகளுமே அரசியல் விடுதலையை, அரசியலமைப்பின் வழி பெற எண்ணின. இருந்தாலும் இரண்டுமே தீவிர சோசலிசத்தின் வெளிப்பாடாக இருந்தன. மேலும் இத்திட்டம் நிலமற்றவர்களைப் பற்றியும் விவசாயிகள் பற்றியுமே மய்யமாகப் பேசியதே தவிர தீண்டத்தகாதோர் பற்றி ஒரு வார்த்தைகூடக் குறிப்பிடப்படவில்லை.

சாதி விசயத்திலும் இந்தத் திட்டம் ஒரு வெற்றுப் பட்டாசுதான்.

சாதியொழிப்புக்காக இத்தீர்மானம் முன்வைத்தது என்ன வென்று பார்த்தால் 'இந்திய சாதிகளில், பிரிவுகளில், வர்க்கங்களில் உள்ள சாதிய ஏற்றத்தாழ்வுகளைக் களைவதற்கு அனைத்து அரசுப் பதிவுகளிலும் உள்ள பெயர்களில் சாதிப் பட்டங்களை நீக்கவேண்டும். அதை மீறி சாதிப் பட்டங்களை வைத்துக்கொண்டால் அரசின் எந்தவித சலுகைகளைப் பெறும் உரிமையும் அளிக்கக்கூடாது' என்பதே. இந்த நோக்கம்கூட அவ்வியக்கத்தின் அரசியல் பிரிவுக் கொள்கைகள் என்கிற வரையறைக்குள் குறிப்பிடப்படவில்லை. மாறாக சமூகப் பிரிவின் ஒரு நோக்கமாகவே இருந்தது.

1934 ஆம் ஆண்டு மதராஸ் மாகாணத்தின் இரு பெறும் கட்சிகளான நீதிக்கட்சி மற்றும் காங்கிரஸ் கட்சிகளுள் எதாவது ஒன்றுக்குத் தனது ஆதரவைத் தர எண்ணினார் பெரியார். தனது ஈரோட்டுத் திட்டத்தின் நீர்த்துப்போன வடிவத்தை இரண்டு கட்சிகளும் கொடுத்தார். பத்து அம்சத் திட்டம் என்கிற பெயரில் அழைக்கப்பட்ட அந்தத் திட்டத்தில் தீண்டத்தகாதவர்கள் குறித்துக் குறிப்பிடாமல் கவனமாகத் தவிர்த்தார்.

மேலும் 'மதத்தின் (மற்றும் சாதியின்) அடிப்படையில் எந்தக் குழுவுக்கும் சலுகைகள் வழங்கப்படக்கூடாது' என்று பெரியாரின் 10 அம்சத் திட்டத்தில் குறிப்பிடப்பட்டிருந்தது - இந்த வாக்கியத்தில் உள்ள சாதி என்கிற சொல்லுக்கான அடைப்பான் இதுபோன்றே அந்தத் திட்டத்தில் இருக்கிறது. சில மாறுதலுக்குப் பின் இந்தத் திட்டத்தை நீதிக் கட்சி ஏற்றுக் கொண்டது. அதில் ஒரு குறிப்பிடத்தகுந்த மாற்றம் என்னவென்றால், தீண்டாமை மற்றும் பிறப்பை அடிப்படையாகக் கொண்டு உருவாக்கப்படும் எந்தவித அடக்குமுறையும் ஒழிக்கப்பட வேண்டும் என்பது. பெரியார் வேண்டாத, சலுகைகளைப் பற்றி அந்தத் திட்டம் 'அரசாங்கப் பணியிடங்கள் அனைத்தையும் எல்லா வகுப்பினருக்கும் அவர்களது மக்கள் தொகை கணக்கு சதவிதத்தின் அடிப்படையிலும், அரசாங்கத்தின் தேவையைக் கருத்தில் கொண்டும் வழங்கவேண்டும்' என்று குறிப்பிட்டது. (இந்தத் திட்டங்களை முழுவதும் வாசிப்பதற்கு, வ.கீதா மற்றும் எஸ்.வி.ராஜதுரை எழுதிய Towards Non-Brahmin Millennium என்ற புத்தகத்தின் பின்னிணைப்புகளைப் பார்க்கவும்).

பெரியார் அப்போது நிலவிய அரசியல் நிர்பந்தங்களை நன்கு புரிந்து கொண்டிருந்தார். சாதியொழிப்பையோ, தலித்துகளின் துன்பங்களைப் போக்கும் அளவுக்கு வீரியம் கொண்ட, மிகத் தெளிவான அரசியல் திட்டங்களையோ செயல்படுத்துவதற்கு அவர் தயாராக இல்லை. தனது சமூகநீதி வாளை மாநாடுகளிலும் பெரிய மேடைகளிலும் மட்டுமே அவர் சுழற்றினார்.

மிகக் குறைந்த காலத்துக்கு மட்டுமே பெரியார் சோசலிசக் கருத்துகளைப் பரப்பினார். பெரியாருடன் இணைந்து கம்யூனிசத் தலைவர்களான சிங்காரவேலு (ஈரோட்டுத் திட்டத்தைத் தயாரிக்க உதவியவர்.) மற்றும் ஜீவானந்தம் ஆகியோர் பரப்புரைகள் மேற்கொண்டனர்.குடியரசு இதழில் அப்போதைய அரசாங்கம் ஏன் தூக்கி எறியப்பட வேண்டும் எனக் கட்டுரை எழுதியதற்காக டிசம்பர் 30, 1933ஆம் ஆண்டு, பெரியார் கைது செய்யப்பட்டார். அவருக்கு ஒன்பது மாதங்கள் சிறை தண்டனை அளிக்கப்பட்டது. பிறகு, அவர் மேல் அரசாங்கம் கடுமையான நடவடிக்கைகள் மேற்கொள்ளும் என்பதை உணர்ந்துகொண்டு, அவரது நண்பர்கள் மற்றும் நலம் விரும்பிகளின் அறிவுரையை ஏற்று மன்னிப்பு கோரினார். அதை அவரே 1936 ஆம் ஆண்டு ஒப்புக் கொண்டுள்ளார்:

'அரசாங்கம் சுயமரியாதை இயக்கத்தை அடக்குவதில் உறுதியோடு செயல்படுவதை நான் உணர்ந்தவுடன்... சுயமரியாதைக்காரர்கள் செய்து வந்த சோசலிசப் பிரசாரத்தை நிறுத்த முடிவெடுத்தேன்.' (பக்கம்

437, கீதா மற்றும் ராஜதுரை.) இவ்விடத்தில் மன்னிப்பு கேட்கும் முடிவு தனது லட்சியங்களின் வெற்றி பாதையை அடைய ஒரு நல்லவழியாக இருக்கக்கூடும் என அவர் சரியாகச் சிந்தித்திருந்தார். ஆனால் இந்தச் சலுகையை அவர் தனது எதிரணியினருக்குத் தரத் தயாராயில்லை.

1939 ஆம் ஆண்டு இராஜாஜி முதலமைச்சராக இருந்தபோது, ஆலய நுழைவுச் சட்டத்தைக் கொண்டுவந்தார். அது மிகவும் எச்சரிக்கையாக, மக்களின் உணர்வுகளையும், எண்ணங்களையும் சோதிக்க எடுக்கப் பட்ட நகர்வு. அந்தச் சட்டம், மாகாணத்தின் ஏழு பெரிய கோவில் களுக்குள் தலித்துகளை அனுமதித்தது. மற்ற கோவில்களுக்குள் தலித்துகளை அனுமதிக்கும் உரிமையை, அந்தந்தக் கோவில் அறங்காவலர்களே முடிவு செய்துகொள்ள வகை செய்தது. மொத்த மாகாணமும் இதனை அன்போடு வரவேற்றது. ஆனால் பழமை வாதிகள் இதற்கு எதிராகக் கரம் உயர்த்தினார்கள்.

இதில் பெரியாரின் நிலைப்பாடு என்ன? அதைப் பற்றி E.Sa. விஸ்வநாதன் எழுதியுள்ளார். ‘ சனாதனவாதிகள் ஆலய நுழைவுச் சட்டத்தைக் கடுமையாக எதிர்த்த நிலையில் தமிழ்ச் சமூகத்தில் சமூக மாற்றத்துக்காக இராஜாஜி மேற்கொண்ட முயற்சியை, நாயக்கர் ஆதரிப்பார் என்றே ஒருவர் எண்ணக்கூடும். ஆனால் அதற்கு மாறாக அவரது அரசியல் ஆதாயத்துக்காக அவருடைய, பெரிதும் கொண்டாடவும் பரப்பவும் பட்ட சமூக நோக்கங்களான, ஹரிஜன மேம்பாடு, மற்றும் சனாதனவாதிகளுக்கு இடமளிப்பது போன்றவற்றை சமரசம் செய்துகொள்ளத் தயாராக இருந்தார்... அவர் இந்தச் சட்டத்தால் அதிருப்தி அடைந்த பிராமணர்களை, நீதிக் கட்சியில் இணைந்து கொள்ளுமாறு ஒரு வேண்டுகோளை உணர்ச்சி பொங்க முன்வைத்தார்’ என விஸ்வநாதன் கூறுகிறார். இந்த விவகாரத்தில் காங்கிரஸ் கட்சிதான், பழமைவாதிகளோடு எந்த ஒப்பந்தமும் வைத்துக் கொள்ளாமல் கடைசிவரை உறுதியோடு இருந்தது. 1939 ஆம் ஆண்டு காங்கிரஸ் அமைச்சரவை ராஜினாமா செய்த பின்பு 1946 ஆம் ஆண்டு காங்கிரஸ் மீண்டும் ஆட்சி அதிகாரத்துக்கு வந்தது. அப்போது ஆலய நுழைவு சட்டத்தில் திருத்தம் மேற்கொண்டு, அனைத்துக் கோவில் களிலும் அனைத்தும் இந்துக்களும் நுழைவதை உறுதி செய்தது.

1942 ஆம் ஆண்டு, பெரியார் திராவிட நாடு கோரிக்கை முன்வைத்திருந்த இருந்த தருணம். கிரிப்ஸின் தூதுக்குழு இந்தியாவுக்கு வந்த போது, அவர் நான்கு பேர் கொண்ட குழுவுடன் கிரிப்ஸின் தூதுக்குழுவைச் சந்தித்தார் (இரண்டாம் உலக போரின்போது இந்தியர்களின் ஒத்துழைப்பு வேண்டி அதனைப் பெற சர் ஸ்டஃபொர்டு க்ரிப்ஸ்

தலைமையில் ஒரு குழு இந்தியாவுக்கு அனுப்பப்பட்டது. அதனை கிரிப்ஸின் தூதுக் குழு என்று குறிப்பிடுகிறோம்).

கிரிப்ஸின் தூதுக்குழுவைச் சந்தித்தவர்கள் யாரென்றால், மதராஸ் மாகாணத்திலுள்ள தமிழ் மாவட்டங்களின், பிராமணர் அல்லாத தலித் அல்லாத முக்கிய சாதிகளின் பிரதிநிதிகளான இராமசாமி நாயக்கர், சௌந்தர பாண்டிய நாடார், சாமியப்ப முதலியார், முத்தையா செட்டியார். இவர்கள் மதராஸ் மாகாணத்தை, இந்தியக் கூட்டரசி லிருந்து பிரித்துக்கொள்ள விரும்பினர். ஆனால் அதனை சட்டசபை வாக்கெடுப்பின் மூலமாகவோ பொது வாக்கெடுப்பின் மூலமாகவோ பெற்றுவிட முடியும் என்கிற நம்பிக்கை அவர்களிடத்தில் இல்லை. எனவே இந்த நால்வர் குழு, மாகணத்தில் தானாகவே தங்களுக்கு பெரும்பான்மை வரும் வகையில், தனித் தொகுதிகளை வேண்டினர். அதுகுறித்து கிரிப்ஸ் தனது அறிக்கையில் 'இது முற்றிலும் நடைமுறைக்குச் சாத்தியமற்ற பரிந்துரை... எந்த ஒரு ஜனநாயக முறைப்படியும் அவர்கள் கேட்கும் பெரும்பான்மையை வழங்க இயலாது. அவர்கள் சூழலை உணர்ந்து கொள்கின்றனர் இருப்பினும் அவர்களுக்கு உதவி ஏதாவது செய்யவேண்டும் என்று நிர்பந்திக்கின்றனர். தற்போதுள்ள சூழலில் எங்களால் எதுவும் செய்ய முடியாது என்பதை என்னால் முடிந்தவரை அனுதாபத்துடன் அவர்களுக்கு எடுத்துரைத்தேன்'.

முஹமது அலி ஜின்னாவும் பெரியாரும் சில வருடங்களுக்கு நெருங்கிய நண்பர்களாக இருந்தனர். ஜின்னா முஸ்லிம்களுக்கு தனிநாடு வேண்டினார். அதற்காகத் தனது குறிக்கோளை நோக்கி முறையாகச் செயல்பட்டுக் கொண்டிருந்தார். இந்தியாவில் வாழும் பெரும் வாரியான முஸ்லீம்கள் அவருடன் இருந்தனர். மற்றொரு புறம் பெரியார் தனி திராவிட நாட்டை உருவாக்கவேண்டும் என்று ஆசைப்பட்டார். ஆனால் உண்மை என்னவெனில் பெருவாரியான திராவிடர்களோ தமிழர்களோ பெரியாருடன் இல்லை.

ஜின்னா பெரியாரின் குணாதிசயத்தை நன்கு உணர்ந்திருந்தார்.

பெரியார் ஜின்னாவிடம் திராவிட நாடுக்காகப் பேசவேண்டும் கேட்டபோது, ஜின்னா பெரியாருக்கு 1944ஆம் ஆண்டு ஆகஸ்டு 17 ஆம் தேதி கீழ்வருமாறு பதில் எழுதுகிறார்.

எனக்கு மெட்ராஸ் மக்கள் மீது எப்போதும் அனுதாபம் உண்டு. 90 சதவீதமானோர் பிராமணர் அல்லாதோராக இருக்கும் வேளையில்

அவர்கள் திராவிடஸ்தான் உருவாக்க வேண்டும் என்று விரும்பினால் அது முழுக்க நீங்களே முடிவு செய்துகொள்ளவேண்டிய விவகாரமாகும். இதைத் தவிர நான் சொல்வதற்கு எதுவுமில்லை. உங்களுக்காக என்னால் பேசமுடியாது. எனது நிலையை நான் உங்களுக்குத் தெளிவாகக் கூறிவிட்டேன்... உங்களது நடவடிக்கை களின் வழி உங்களது முடிவுகளில் உங்களுக்கே சந்தேகம் இருப்பதை நான் பார்க்கிறேன்... என்னால் இந்தியாவில் இருக்கும் முஸ்லிம் களுக்காக மட்டுமே பேச முடியும்...

விஸ்வனாதன் எழுதுகிறார்.

திராவிட நாட்டுக்கு ஜின்னாவின் ஆதரவு இருந்தது என்பதைக் காண்பிக்க நாயக்கர் கடிதத்தின் கடைசி சில வரிகளை பிரசுரித்தார். மெட்ராஸ் செய்திதாள்களில் சில வரிகள் மட்டும் வெளியாவதைக் கண்ட முகமது அலி ஜின்னா, இந்த விவகாரம் தொடர்பான தப்பான புரிதலை நீக்கும் பொருட்டு இதுகுறித்த முழுக் கடிதப் போக்கு வரத்தையும் வெளியிட்டார்.

பிராமணர் அல்லாதோர் இயக்கத்தை நன்கு புரிந்து வைத்திருந்தார் பெரியாரின் நண்பர் அம்பேத்கர். ஃப்ரண்ட் லைனில் இளங்கோவன் இராஜசேகரன் கீழ்வருமாறு எழுதுகிறார்.

1944 ஆம் ஆண்டு செப்டம்பர் 23 ஆம் தேதி மெட்ராஸில் நடைபெற்ற கூட்டம் ஒன்றில் பேசிய அம்பேத்கர், ' பிராமணர் அல்லாதார் இயக்கத்தைச் சேர்ந்தோர், கிராமத்தில் இருக்கும் ஏழைகளான 90 சதவீத பிராமணர் அல்லாதோர் மீது அக்கறை காட்டவில்லை. தமிழ்நாட்டில் இருந்த பிராமணர் அல்லாதோர் கட்சி விவசாயக் கூலிகள் குறித்துக் கவலைப்படவில்லை' என்று பிராமணர் அல்லாதோர் இயக்கம் தோல்வியடைந்ததற்கான காரணத்தை விளக்குகிறார்.

அம்பேத்கரின் அந்தப் பேச்சுக்குப் பின் 73 ஆண்டுகள் ஆகிவிட்டன. ஏழைகளின் சதவிகிதமும் குறைந்துவிட்டது ஆனால் கொள்கை என்னவோ தொடர்ந்து கொண்டேதான் இருக்கிறது.

தற்போதைய திராவிடக் கூட்டமைப்பு, இன்னும் சிறப்புரிமை பெற்ற உயர்சாதிகளின் கூடாரமாகவே இருக்கிறது. அது ஒரு பெரும் கூடாரமாக இருப்பினும் வெறும் கூடாரம் மட்டுமே. பெரியாரின் வழிப்பாட்டாளர்கள் இடைவிடாது அவர் பெயரைக் கோஷமிட்டுக்

கொண்டும், அவருக்குத் தெரிந்தால் தமக்கு இவையெல்லாம் இருந்ததா என்று அவரே வியக்கும் அளவுக்கான சில பண்புகளை, அவருக்கு இருந்ததாகவும் புகழ் பாடுகின்றனர். இந்தக் கூச்சலுக் கெல்லாம் ஒரே காரணம், இந்தக் கூடாரம் அழியாமல் இருக்க வேண்டும் என்ற ஒரு ஆதங்கமே. இதைக் கூறுவதால் நான் சாதிவெறியன் இல்லை.

நவம்பர் 2, 2017

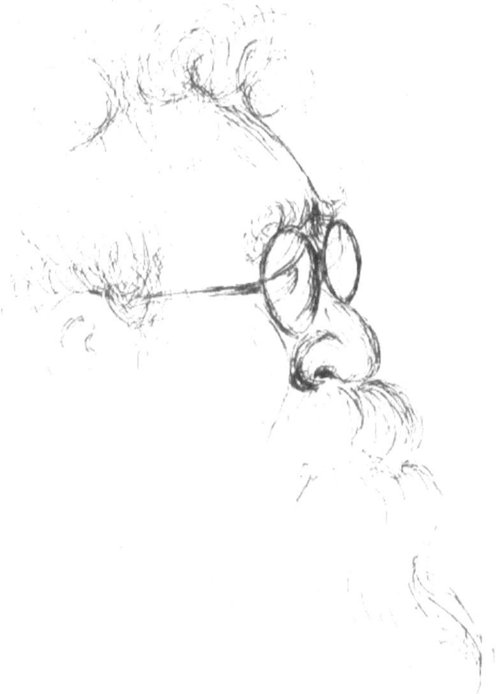

அம்பேத்கருக்கும் பெரியாருக்கும் இடையிலான கருத்தொற்றுமையை நிராகரிப்பது, உண்மையை மறுப்பதற்குச் சமம்

பார்ப்பனர்கள் மற்றும் சுதந்திர இந்தியா பற்றிய
அம்பேத்கரின் நிலைப்பாடு பெரியாரின் நிலைப்பாட்டை ஒத்ததே.

புனித பாண்டியன்

'திவயர்' இதழில் நான் எழுதிய கட்டுரைக்கு பி.ஏ.கிருஷ்ணன் எழுதிய பதிலுரை என்னைக் குழப்பமடையச் செய்துள்ளது. என் கட்டுரையின் மூலம் நான் வலியுறுத்த விரும்பியதெல்லாம், சாதி எதிர்ப்புப் போராளிகளான அம்பேத்கருக்கும் பெரியாருக்கும் இடையில் பல கருத்து ஒற்றுமைகள் இருந்தன என்பதும், பல சமூகப் பிரச்னைகளில் இருவரது செயல்பாடுகளும் ஒரே திசையை நோக்கி இருந்தன என்பதும், அத்துடன் சாதிய அமைப்பு இன்னும் வலுவாக நிலைத்திருக்க, பார்ப்பனிய இந்துமதத் தத்துவமே அடிப்படைக் காரணம் என்று இருவருமே நம்பினர் என்பதுமே.

மேலும், இவ்விருவருமே பார்ப்பனர்களைப்பற்றிப் பேசும்போது, பார்ப்பனர்கள் பார்ப்பனிய இந்துத் தத்துவத்தினால் கட்டமைக்கப் பட்ட சாதியம் வழங்கிய அதிகாரங்களைக்கொண்டு பல்வேறு தளங்களின் அதிகார மட்டங்களில் தங்களது ஆதிக்கங்களைச் செலுத்தும் ஆளும்வர்க்கம் என்றே குறிப்பிடுகிறார்கள் என்பதையும் எடுத்துக்காட்ட விரும்பினேன். இதுதவிர பி.ஏ.கிருஷ்ணன் நம்மை நம்பவைக்க முயலும் கருத்துக்கு முரணாக, பார்ப்பனர்கள் மீதும் சுதந்திர இந்தியா மீதும் அம்பேத்கருக்கு இருந்த கருத்து என்பது பெரியாரின் கருத்துக்கு ஒத்ததாக இருக்கிறது என்பதையும் சுட்டிக் காட்ட விரும்பினேன்.

பெரியாரைப் பார்ப்பன வெறுப்பாளர் என்று எடுத்துக் கொள்வோமே யானால், அம்பேத்கரும் பார்ப்பன வெறுப்பாளரே. பெரியாரை தேசவிரோதி என்று குற்றம்சாட்டுவோமேயானால், அம்பேத்கரும் தேசவிரோதியே. இருவருமே பார்ப்பனர்களை, ஆளும் வர்க்கமாகப் பார்த்தனர் என்பதையும் தேசியவாதம் என்கிற போர்வையில் பார்ப்பனர்களும் பனியாக்களும் தங்கள் அதிகாரத்தை நிலைநாட்டும் கருவியாகவே தேசியவாத இயக்கத்தைப் பயன்படுத்தினார்கள் எனக் கருதினர் என்பதையும் எனது கட்டுரையில் கூற முயன்றேன். பெரியாரும் அம்பேத்கரும் தேசியவாத இயக்கத்தின் மீது வைத்த விமர்சனத்துக்கு, வெறுமனே நேருவையும் காந்தியையும் தனது ஆசிரியர்களாக முன்னிறுத்துவது சரியான பதிலாக அமையாது.

நான் வைத்த எந்த ஒரு வாதத்துக்குமே கிருஷ்ணனிடம் பதில் இல்லை என்பதோடு அதற்கு மாறாக என் கட்டுரையில், பெரியாரின் வார்த்தைகளை நான் சுட்டிக்காட்டாததைப் பிழையென்கிறார். என்னவோ அப்படிச் சுட்டிக்காட்டியவுடன் எங்களது இருவரின் நிலைப்பாடும் மாறிவிடப்போவதுபோல் அவர் அதனைக் கூறுகிறார். அதற்கு நான் பின்னர் வருகிறேன். அதற்கு முன்னதாக கிருஷ்ணன் கொடுத்த சில விளக்கங்களைப் பார்த்துவிடலாம்.

தான் ஒரு இந்துத்துவவாதி இல்லை என்பதால், நான் எம்.எஸ். கோல்வால்கர் பற்றியும் மறைந்த காஞ்சி சங்கராச்சாரியாரைப் பற்றியும் முன்வைத்த கருத்துகளினால் தனக்கு எந்த மனத்தாங்கலும் ஏற்படவில்லை என கிருஷ்ணன் கூறுகிறார். ஆனால் இந்த 'குரு'க்களின் வார்த்தை களுக்குப் பெயரளவில் மட்டும் கண்டனம் தெரிவிப்பதாகச் சொல்லும் அவர், பார்ப்பனர்களின் செயல்பாடு பற்றிய அம்பேத்கரின் வார்த்தைகளைக் கண்டு அச்சத்தால் திகைக்கிறார்.

இந்நேரத்தில் ஒரு கேள்வி கேட்க வேண்டியது அவசியம் என்று எண்ணுகிறேன். இந்துத்துவக் கருத்தியலை எதிர்ப்பவராகத் தன்னை அடையாளப்படுத்திக்கொள்ளும் கிருஷ்ணனுக்கு, சாதிய, பாலின படிநிலைகளைத் தாங்கிப் பிடிக்கும் சக்திகளை எதிர்த்துக் குரல் கொடுப்பதைவிட, ஒரு சாதி எதிர்ப்புத் தலைவராக பெரியார் செய்த பங்களிப்பைத் தாழ்த்திப் பேசுவதா முக்கியம்? கிருஷ்ணன் - என்.கல்யாண ராமன் இணையின் வாதங்களுக்குப் பெரும்பாலான ஆதரவுகள் ஆர்.எஸ்.எஸ். மற்றும் சங் பரிவார் வட்டத்தில் இருந்தே வருகின்றன. அந்த ஆதரவுக் குரல்களிடமிருந்து விலகிச் செல்வது பற்றி இருவருமே சற்றும் கவலைப்படாமல் இருப்பதை நாம் எப்படிப் புரிந்து கொள்வது?

இந்துத்துவ சக்திகளின் கீழ்மையை எதிர்ப்பதற்கு, முக்கியத்துவம் தராமல் சாதி எதிர்ப்பாளரான பெரியாரைத் தாழ்த்திப் பேசுவதற்கு முக்கியத்துவம் தரும் இந்த மனப்பான்மை எங்கிருந்து வருகிறது? அது மட்டுமல்லாமல் இந்த இடத்தில் தான் பிராமண சாதியைச் சார்ந்தவர் என கிருஷ்ணன் வெளிப்படுத்திக்கொள்வதும் எனக்குப் பெரும் வியப்பை ஏற்படுத்துகிறது.

பார்ப்பனர்கள் கல்வியைத் தங்களது தனிச்சொத்தாக வைத்திருந்தனர் என்கிற அம்பேத்கரின் வாதத்தை மறுப்பதற்கு, தாமஸ் மன்ரோவின் தலைமையில் தயாரிக்கப்பட்ட அறிக்கையை கிருஷ்ணன் முன்வைக்கிறார். ஆனால் மெக்காலே காலத்துக்கு (இந்தியாவில் மெக்காலே காலம் 1834 - 1838) பிந்தைய சான்றுகள் கூறுவது முற்றிலும் வேறாக இருக்கிறது.

பட்டதாரிகளின் தொகுப்பு

வகுப்புகள்	பட்டதாரிகளின் எண்ணிக்கை	மொத்த பட்டதாரிகளின் சதவிகிதம்	1891-ல் மொத்த மக்கள் தொகையின் சதவிகிதம்
பிராமணர்கள்	2393	68.8	3.1
பிராமணர் அல்லாத இந்துக்கள்	660	19.0	86.6
இந்திய கிறித்துவர்கள்	287	8.2	2.3
ஐரோப்பியர்கள் மற்றும் ஐரோப்பிய இந்தியர்கள் (யுரேசியர்கள்)	115	3.3	0.1
முஸ்லீம்கள் (முகமதியர்கள்)	26	0.7	6.3
மற்றவர்கள்	2	0	1.6
மொத்தம்	3483	100	100

நன்றி: மதராஸ் பல்கலைக்கழகம். 1893 - 94 நாட்காட்டி, மக்கள் தொகைக் கணக்கெடுப்பு XIII (1891).

பி.ஏ. கிருஷ்ணன் தனது கட்டுரையில் ‘பிராமணர்களிடம் இருந்த ஒரே சொத்து கல்விதான்’ என்று கூறுகிறார். அதன்மூலம் பார்ப்பனர்கள் நிலம், வீடு, பணம், நகை என எந்தப் பொருட்சொத்துகளும் இல்லாமல் ஏழைகளாக இருந்தார்கள் என்பதுபோல் ஒரு தோற்றத்தை ஏற்படுத்துகிறார். மேலும் அவர், ‘பிராமணர்கள் ஒருபோதும் அரசியல் அதிகாரத்தைத் தங்கள் வசம் வைத்துக் கொண்டதில்லை என்றும் ‘எதையும் துப்பாக்கி முனையில் அவர்கள் தங்களது ஏகபோக உரிமையாக்கிக்கொள்ளவில்லை’ என்றும் குறிப்பிடுகிறார். பி.ஏ.கிருஷ்ணின் இந்த ‘துப்பாக்கி முனை’ கருத்தை அம்பேத்கர் கண்டிப்பாக ஏற்றுக் கொள்வார். அம்பேத்கர் கூறுகிறார்...

> ‘ஆதிக்க வகுப்பு அந்தஸ்தைத் தனக்கு அளிக்கத் தயாராக இருப்பவர்களும், தனக்கு அடிபணிந்து ஒத்துழைக்கக் கூடியவர்களுமான ஏனைய வகுப்பினரையுமே பிராமணர்கள் எப்போதுமே தங்களுடைய கூட்டாளிகளாக வரித்துக்கொண்டு வந்திருக்கிறார்கள் என்பதை வரலாறு காட்டுகிறது. பண்டைக் காலத்திலும் மத்தியக்

காலத்திலும் போர்வீரர் வகுப்பினரான சத்திரியர்களுடன் அவர்கள் இத்தகைய நேச உறவை வளர்த்துக் கொண்டு வந்திருக்கிறார்கள். இந்த இரு வகுப்பினரும் சேர்ந்து பொதுமக்களை அடக்கியாண்டு வந்திருக்கின்றனர். இன்னும் சொல்லப்போனால் பிராமணர்கள் தங்கள் எழுதுகோலைக்கொண்டும், சத்திரியர்கள் தங்கள் வாளைக் கொண்டும் அவர்களைப் பணியவைத்து வந்திருக்கின்றனர் என்று கூறவேண்டும்.

தற்போது, பனியாக்கள் எனப்படும் வைசிய வகுப்பினருடன் பிராமணர்கள் கூட்டுறவை வளர்த்துக்கொண்டு வருகிறார்கள். இந்தக் கூட்டுறவு சத்திரியரிடம் இருந்து பனியாவுக்கு மாறியது முற்றிலும் இயல்பானதே. பெரு வணிகம் கொடிகட்டிப் பறந்து வரும் இக்காலத்தில் பணம் வாளைவிட வலிமைமிக்கது; வகுப்புகளின் உறவில் இந்த மாற்றம் ஏற்பட்டிருப்பதற்கு இதுவும் ஒரு காரணம். இரண்டாவது காரணம் அரசியல் எந்திரத்தைச் செம்மையுற இயக்குவதற்குப் பணம் இன்றியமையாததாக இருப்பதாகும்' (*Dr.Babasaheb Ambedkar Writings and Speeches* Pg 206. தமிழில் டாக்டர் பாப ாசாகேப் அம்பேத்கர்: பேச்சும் எழுத்தும் பக். 334)

பார்ப்பனர்களின் அதிகாரத்தைப் பற்றி அம்பேத்கர் மிகவும் நுட்பமாகப் புரிந்துவைத்திருந்தார். அம்பேத்கரைப் பொறுத்தவரை, சமூக உறவுகளை சாதிய அமைப்பு நிர்ணயித்து ஆளும்வரை, நாடாளு மன்றத்தில் ஒரு தலித்தோ, பார்ப்பனர் அல்லாத வேறொருவரோ இடம் வகிப்பதால் மட்டுமே அது ஜனநாயகத்தன்மை அடைந்துவிடாது என்று நம்பினார். 2014 ஆம் ஆண்டு நவயனா வெளியிட்ட அம்பேத்கரின் *Annihilation of Caste: The Annotated Critical Edition* நூலுக்கு நீண்ட முன்னுரை எழுதிய அருந்ததி ராய், அதில், தொடர்ந்து சமூக உறவுகளில் சாதி அமைப்பு செலுத்தும் ஆதிக்கத்தைப் பற்றி விவாதிக்கிறார்:

1990 -ல் 'பிராமண அதிகாரம்' என்ற கட்டுரையில் குஷ்வந்த் சிங் இப்படி எழுதுகிறார்:

பிராமணர்கள் நம் நாட்டு மக்கள் தொகையில் 3.5 சதவிகிதம்தான் இருக்கின்றனர்.... இன்று அவர்கள் ஏறத்தாழ 70 சதவிகித அரசுப் பணிகளைக் கைப்பற்றியிருக்கிறார்கள். இந்த எண்ணிக்கை கெஜட் பதவிகளை மட்டும்தான் குறிக்கிறது என்று நினைக்கிறேன். ஆனால் இன்னமும் இந்திய ஆட்சிப்பணி உயர்மட்டங்களில், இணைச் செயலர் பதவியிலிருந்து மேலாகப் பார்த்தால், 500 பதவிகளில் 310

> இடங்களில் பிராமணர்கள் இருக்கிறார்கள், அதாவது 63 சதவிகிதம்; 26 மாநிலத் தலைமைச் செயலர்களுள் 19 பேர் பிராமணர்கள்; 27 ஆளுநர்கள் மற்றும் லெப்டினண்ட் ஆளுநர்களுள் 13 பேர் பிராமணர்கள்; 16 உச்சநீதிமன்ற நீதிபதிகளுள் 9 பேர் பிராமணர்கள்; 330 உயர்நீதிமன்ற நீதிபதிகளுள் 166 பேர் பிராமணர்கள்; 140 இந்தியத் தூதர்களுள் 58 பேர் பிராமணர்கள், 3,300 மொத்த இ.ஆ.ப. அதிகாரிகளுள் 2,376 பேர் பிராமணர்கள்.
>
> இவர்கள் தேர்தல் பதவிகளிலும் இதேபோல் இடங்களைப் பிடித்திருக்கிறார்கள். 508 மக்களவை உறுப்பினர்களுள் 190 பேர் பிராமணர்கள். 244 மேலவை உறுப்பினர்களுள் 89 பேர் பிராமணர்கள். இந்தியாவில் 3.5 சதவிகிதம் உள்ள பிராமண சமூகம், நாட்டில் உள்ள உயர்பதவிகளுள் 36 சதவிகிதம் முதல் 63 சதவிகிதமான பதவிகளை வகித்துக்கொண்டிருக்கிறது என்பது இந்தப் புள்ளிவிவரங்கள் மூலம் தெள்ளத் தெளிவாகிறது. இது எப்படி நடந்தது என்று எனக்குத் தெரியாது. ஆனால் இது முழுக்க முழுக்கப் பிராமணர்களின் உயர் அறிவுநிலையால் நேர்ந்தது என்று என்னால் சிறிதும் நம்ப முடியவில்லை.

மேலும், இந்த முன்னுரையில் அருந்ததிராய் சமகாலத்தில் நீதி மற்றும் ஊடகத்துறைகளில் இருக்கும் பார்ப்பன ஆதிக்கத்தை, ஆதாரங்களுடன் நிறுவியிருக்கிறார். இதற்கு வலுச் சேர்க்கும்விதமாக, மற்ற பொதுத்துறை வேலைவாய்ப்புகளில், சாதிவாரியாகக் கணக்கெடுத்த போது உயர் சாதியினர் ஆதிக்கம் செலுத்தி, உயர் பதவிகளைப் பெறுவதாக, அண்மையில் வெளிவந்த தகவல்கள் தெரிவிக்கின்றன. இதுபோன்ற ஆதிக்கம் நிலவும் சூழலில் அதற்கு எதிராக வன்முறை வெடிப்பதற்கு அனைத்துச் சாத்தியங்களும் ஒரு சமூகத்தில் இருக்கின்றன. இந் நிலையில்தான் அம்பேத்கரும் பெரியாரும், காலங்காலமாகப் பண்பாட்டு அதிகாரங்களை பார்ப்பனர்கள் தங்கள் வசமாக்கிக்கொண்டிருக்கிறார்கள் என்பதைத் தொடர்ந்து சுட்டிக்காட்டி, பெரும்பான்மை சமூகத்தின் கவனத்தை ஈர்த்து, அதன்வழி வன்முறைக்கான தேவையை நீர்த்துப்போக செய்துள்ளனர்.

சாதி குறித்தும் தீண்டாமைக் கொடுமை குறித்தும் மட்டுமே பெரியார் சுமார் 5,500 பக்கங்களுக்கு மேல் எழுதிக் குவித்துள்ளார். இதனை 17 தொகுதிகளாகத் தொகுத்து ‘பெரியார் களஞ்சியம்’ என்கிற பெயரில் திராவிடர் கழகம் வெளியிட்டுள்ளது. இந்த நூல்களின் அனைத்துப் பக்கங்களிலும், பெரியார் சாதிய அமைப்பு குறித்தும், தீண்டாமைக் கொடுமைகள் குறித்தும் சாதிப் பாகுபாடுகள் குறித்தும் ஏதேனும் ஒரு கருத்தை ஆணித்தரமாகப் பதிவு செய்துள்ளார். இத்தகைய கருத்துக்

கருவூலங்களையெல்லாம் பொருட்படுத்தாமல் புறம்தள்ளிவிட்டு, ஒரு சிந்தனையாளரை எப்படி ஒருவரால் பிரச்னைக்கு உட்படுத்த முடிகிறதென்று எனக்குப் புரியவில்லை.

அதற்குப் பதிலாக கிருஷ்ணன், ‘ஈரோட்டுத் திட்டம்’ என்ற ஒன்றை மட்டும் படித்துவிட்டு, தீண்டாமையைப் பற்றிய பெரியாரின் நிலைப்பாடு சந்தேகத்துக்குரியது என நிறுவ ஓர் அற்பமான வாதத்தை முன் வைக்கிறார். இதில் ஓரிடத்தில் அவர் பெரியாரைக் குறிக்கிறார், மற்றொரு இடத்தில் ‘கம்யுனிஸ்டுகளான’ பா.ஜீவானந்தத்தையும் சிங்காரவேலரையும் குறிப்பிடுகிறார். திட்டமிட்டே, பெரியார் நீதிக் கட்சிக்கு தேர்தலில் ஆதரவு கொடுப்பதற்கான நிபந்தனையாக முன்வைத்த செயல் திட்டத்தையும், ஈரோட்டுத் திட்டத்தையும் கிருஷ்ணன் போட்டுக் குழப்புகிறார்.

பெரியார் முன்வைத்த தேர்தல் ஆதரவுக்கான நிபந்தனைத் திட்டத்தின் ‘நீர்த்துப்போன’ வடிவத்தை மட்டுமே நீதிக்கட்சி ஏற்றுக்கொள்ளத் தயாராக இருந்தது என்பது உண்மைதான். ஆனால் அது பெரியாரின் தவறா என்பதுதான் கேள்வி.

கிருஷ்ணன் மற்றொரு இடத்திலும் இதுபோன்ற ஒரு திசை திருப்புதலைச் செய்கிறார். சலுகைகளை பெரியார் விரும்பவில்லை எனவேதான் அவர் நீதிக்கட்சிக்கு வழங்கிய திட்டத்தில் ‘அரசாங்கப் பணியிடங்கள் அனைத்தையும் எல்லா வகுப்பினருக்கும் அவர்களது மக்கள் தொகை கணக்கு சதவிகிதத்தின் அடிப்படையிலும், அரசாங்கத்தின் தேவையைக் கருத்தில் கொண்டும் வழங்கவேண்டும்’ என்று கூறினார் எனச் சொல்லும் பி.ஏ.கிருஷ்ணன், பெரியார் பார்ப்பனர்களின் இடஒதுக்கீட்டுக்கு எதிரானவர் என்கிற தவறான தோற்றத்தை ஏற்படுத்த முயற்சி செய்கிறார்.

பார்ப்பனர்களுக்கு அவர்களது மக்கள் தொகை விகிதத்துக்கு ஏற்றவாறு இடஒதுக்கீடு தருவதை பெரியார் ஒருபோதும் எதிர்க்கவில்லை. ஆனால், பெரியார் அதனை எதிர்த்ததாகத் தனது கட்டுரையில் குறிப்பிடும் பி.ஏ.கிருஷ்ணன் விகிதாச்சார இட ஒதுக்கீட்டு முறையை அன்றைக்கு பார்ப்பனர்களால் வழிநடத்தப்பட்ட தேசியவாத காங்கிரஸ், பரிசீலனை செய்யக்கூட முன் வரவில்லை என்கிற உண்மையைப் பற்றி மட்டும் வாய்திறக்க மறுக்கிறார்.

இந்த இடத்தில் திராவிட இயக்கத்துக்கும், தலித் மக்களுக்கும் உள்ள உறவைப்பற்றி பெரியார் ஒரு மேடையில் கூறியவற்றைத் தெரிந்து கொள்வது சுவையாக இருக்கும். 1947 ஆம் ஆண்டு தலித் தலைவர்கள், திராவிட இயக்கத்துக்காக வசூலித்த கொடையை ஒப்படைக்க நடத்திய

விழாவில் பெரியார் பேசியது, இரண்டு நாட்களுக்குப் பின்னர் ‘குடியரசு’ இதழில் வெளியானது. அந்தக் கூட்டத்தில் தலைமையேற்ற ஒரு தலித் தலைவர், திராவிட இயக்கம் தலித்துகளுக்காகச் செய்த பங்களிப்பைப்பற்றிப் பேசினார். அவரைத் தொடர்ந்து பேசிய பெரியார்:

> ‘திராவிடர்களுக்கும் ஆதி திராவிடர்களுக்கும் இடையிலான பிரிவினைகளை நான் ஏற்றுக்கொள்ளவில்லை. கொள்கையின்படி அனைவரும் திராவிடர்களே. திராவிடர்களில் ஜாதி ஆணவம் படைத்த உயர்ஜாதிக்காரர்களும் இல்லாமல் இல்லை. இனி அவர்களை எப்படி வழிக்குக் கொண்டுவருவது என்பதும் எமக்குத் தெரியும். ஆகவே, ஒரே இனத்தைச் சார்ந்த நாம் நமக்குள் பிரிவுகளாக, சொல்லளவிலும் இருக்கக்கூடாது என்பதே எனது தீவிர எண்ணமாகும். இன்னும் விளக்கமாகக் கூறுகிறேன். திராவிட இயக்கத்துக்கு முக்கியக் கொள்கை என்னவென்பதை, இந்த நாட்டில் பறையன் என்றும், பார்ப்பான் என்றும், உயர்ந்த ஜாதிக்காரன், தாழ்ந்த ஜாதிக்காரன் என்றிருப்பதையும், சூத்திரன், பஞ்சமன் என்றுமிருப்பதையும் அறவே ஒழித்து எல்லோரும் ஓர் இனம் எல்லோரும் ஒரே சமுதாய மக்கள் என்னும் கொள்கையை நடைமுறையில் செய்வதேயாகும்’ என்று கூறினார்.

அதே பேச்சில் பெரியார், ஆரியர்கள் ஆதிக்கம் செலுத்தும் காங்கிரஸ் கட்சி, தனது அதிகாரத்தைத் தக்கவைத்துக் கொள்வதற்காக தீண்டத்த காதவர்களுக்கு ஆதரவான செயல்களைச் செய்து, அவர்களுக்குத் தாங்கள் உறுதுணையாக இருப்பதைப்போல ஒரு தோற்றத்தை ஏற்படுத்தும். அதுபோன்ற வித்தைகளைக் கண்டு திராவிட இயக்கமும் அதேபோன்ற மாயைகளை உருவாக்கத் தேவையில்லை. நமது லட்சியமே வகுப்புவாரியான பிரிவினைக் கருத்தியலின் அடிப்படையை ஒழிப்பதுதான் என்றார்.

மேலும் கிருஷ்ணன், என் வாதத்துக்குச் சற்றும் தொடர்பில்லாத வேறொரு தளத்துக்குச் சென்று ‘ஃப்ரண்ட் லைன்’ பத்திரிகையில் இளங்கோவன் ராஜசேகரன் எழுதியதைக் குறிப்பிடுகிறார்.

> 1944 ஆம் ஆண்டு செப்டம்பர் 23 அன்று மெட்ராஸில் நடைபெற்ற கூட்டம் ஒன்றில் பேசிய அம்பேத்கர், ‘பிராமணர் அல்லாதார் இயக்கத்தைச் சேர்ந்தோர், கிராமத்தில் இருக்கும் ஏழைகளான 90 சதவிகித பிராமணர் அல்லாதோர் மீது அக்கறை காட்டவில்லை. தமிழ்நாட்டில் இருந்த பிராமணர் அல்லாதோர் கட்சி விவசாயக் கூலிகள் குறித்துக் கவலைப்படவில்லை’ என்று பிராமணர்

அல்லாதோர் இயக்கம் தோல்வியடைந்ததற்கான காரணத்தை விளக்குகிறார்.

இந்த வரிகள் இடம்பெற்றுள்ள 'On the same page' (அம்பேத்கரும் பெரியாரும்: ஓரணியில்) என்ற தலைப்பில் ராஜசேகரன் எழுதிய கட்டுரை, அடிப்படையில் இரண்டு தலைவர்களுக்கும் உள்ள ஒற்றுமை களையும், இந்துத்துவ சக்திகள் எவ்வாறு இரண்டு சிந்தனையாளர் களுக்கும் இடையே பிரிவினையை ஏற்படுத்தப் பார்க்கின்றன என்பதைப் பற்றியுமே பேசுகிறது என்பதை வாசகர்கள் கவனத்தில் கொள்ளவேண்டும். கிருஷ்ணன், அந்தக் கட்டுரையின் கருப் பொருளையே குறிப்பிடாமல் தவிர்த்து வாதத்துக்குத் தொடர்பில்லாத வார்த்தைகளை மேற்கோளாகக் காட்டுகிறார். இந்தச் சூழலில், இந்துத்துவ சக்திகள் பிரித்தாள முயல்கின்றனர் என்கிற கருத்தை ஏற்றுக்கொண்டால் மட்டுமே கிருஷ்ணன் இந்துத்துவக் கருத்தாளர் இல்லை என ஒருவரால் நம்பமுடியும். ஒருவேளை கிருஷ்ணன் அப்படி ஏற்றுக்கொண்டால்கூட அவருடைய கருத்தியல் நிலைப்பாடு, தான் இந்துத்துவவாதியாகப் பார்க்கப்பட்டுவிடக்கூடாது என்பதற்காக மிகவும் எச்சரிக்கையுடன் எடுக்கப்பட்டதாகவே பார்க்கப்படும்.

பெரியார் - அம்பேத்கரை ஒப்பிட்டு 'ஃப்ரண்ட்லைன்' பத்திரிகையில் கட்டுரை எழுதிய ராஜசேகரனும் சரி, வயரில் கட்டுரை எழுதிய கிருஷ்ணனும் சரி குறிப்பிட்ட இந்த நிகழ்வில் உள்ள உண்மைகளை அறியாதவர்களாக இருக்கின்றனர். நீதிக்கட்சியில் இருந்த பழமைவாதக் கூட்டத்தினரின் செயல்பாடுகளை அம்பேத்கர் கூர்ந்து கவனித்து வந்தார். சீமான்களும் பணக்காரர்களும் தலைமை தாங்கி வந்த நீதிக்கட்சிக்கு பெரியார் தலைமை தாங்கி அதனைத் தனது சுயமரியாதை இயக்கத்தின் தொடர்ச்சியாக, 'திராவிடர் கழகமாக' மாற்றிய போது, அவரை விட்டு விலகியவர்கள் இந்தப் பழமைவாதக் கூட்டத்தினரே. **1944**ல் பழைய நீதிக் கட்சிக்காரர்கள், பெரியாரைச் சந்தித்து விட்டுச் சில மணி நேரத்தில் கன்னிமாரா உணவு விடுதியில் சந்திப்பை நடத்தினர். அந்த நிகழ்வை 'குடியரசு' விரிவாகப் பதிவு செய்திருந்தது. அதில் அம்பேத்கர் பேசிய பேச்சின் சுருக்கமும் அந்த நிகழ்வை ஒருங்கிணைத்தவர்களின் விவரங்களையும் 'டாக்டர். பாபா சாகேப் அம்பேத்கர்: பேச்சுக்களும், எழுத்துக்களும்' நூலிலும் பார்க்கலாம்.

இவ்வளவு நேரம் இந்திய அரசியல் குறித்தும், சமூகம் குறித்தும் அம்பேத்கருக்கு இருந்த அறிவாற்றலை உயர்த்திப் பிடித்த கிருஷ்ணன், பார்ப்பனர்கள் மீதான அம்பேத்கரின் பார்வை தனக்குச் சிக்கலாக இருக்கிறது என்றவுடன், திடீரென அம்பேத்கரின் அறிவைக் குறைத்து

ஒரு மதப்பற்றாளரின் தரத்துக்கு ஒப்பிட்டு மதிப்பிடுவது எனக்கு வியப்பளிக்கிறது.

அடிக்கடி தன் வாதப்போக்கை மாற்றிக்கொண்டே இருக்கும் கிருஷ்ணன், வழக்கம்போல் தொடர்பில்லாமல் ஜின்னாவின் விவகாரத்தைக் கையிலெடுக்கிறார். அப்போதும், அம்பேத்கர், பெரியார், ஜின்னா மூவரும் இணைந்து, அனைத்து இந்தியர்களின் பிரதிநிதியாக காங்கிரஸ் தன்னை நிலைநிறுத்த முயன்றதை எதிர்த்து பம்பாயில் இருந்த அம்பேத்கரின் வீட்டிலிருந்து ஒரு கூட்டறிக்கையை வெளியிட்ட உண்மையை வேண்டுமென்றே ஒதுக்கிவிட்டார்.

அதே போல் பிற்காலத்தில் ஜின்னா, பெரியாரைக் கைவிட்டு, சி.ராஜகோபாலாச்சாரியாரை அதிகாரமிக்க கூட்டாக எண்ணி அவருடன் இணைந்தார் என்பதையும், ராஜகோபாலாச்சாரியாரே இறுதியில் காந்தியைப் பிரிவினைக்கு ஒப்புக்கொள்ள வைக்கும் கருவியாய் இருந்தார் என்பதையும் குறிப்பிட கிருஷ்ணன் மறந்து விட்டார். திராவிட நாடு கோரிக்கையைப்பற்றி ஒருவர் விமர்சிக்க வேண்டுமென்றால், அவர் சி.பி.ராமசாமி ஐயர், திருவிதாங்கூர் சமஸ்தானத்தை இந்தியக்கூட்டரசில் இணைக்காமல் தனித்துச் சுதந்திரமாக வைக்க மேற்கொண்ட முயற்சியைப் பற்றியும், சரத் சந்திர போஸின் வங்காளக் கூட்டமைப்புக் கோரிக்கையைப் பற்றியும் கண்டிப்பாகப் பேச வேண்டும்.

சி.ராஜகோபாலாச்சாரியாரால் மதராஸ் சட்டமன்றத்தில் தாக்கல் செய்யப்பட்ட, கோவில் நுழைவு சட்ட வரைவைப் பற்றிக் கேள்வி எழும்போது, ‘தேசியவாத வரலாற்றாசிரியர்’ எஸ். விஸ்வநாதன் திரித்துக் கூறியதுபோலவே கிருஷ்ணனும் திரித்துக் கூறுகிறார். உண்மை என்னவெனில், அக்காலத்தில் மதிக்கத்தக்க தலித் தலைவரான எம்.சி.ராஜா கொண்டுவந்த கோவில் நுழைவு மசோதாவை நிராகரித்தபின், ராஜாகோபாலாச்சாரியார் தனக்கு ஏதுவான ஒரு சட்ட வரைவை முன்மொழிந்தார். அதில் தலித் மக்களைக் கோவிலுக்குள் அனுமதிப்பதற்கு மலபார் பகுதியில் உள்ள உயர்சாதியைச் சேர்ந்த கோவில் பக்தர்களின் அனுமதி கருத்தில் எடுத்துக்கொள்ளப்படும் எனக் குறிப்பிட்டிருந்தார்.

ராஜகோபாலாச்சாரியின் இந்த வாதத்தை, எம்.சி. ராஜா சட்டப் பேரவையிலேயே வைத்துக் கடுமையாக எதிர்த்தார். ராஜகோபாலாச்சாரியார் திருத்தங்களுடன் முன்மொழிந்த சட்ட வரைவையும், அதற்கு ஆதரவாக மற்ற வலதுசாரி சட்டப் பேரவை உறுப்பினர்களோடு சேர்ந்து நீதிக் கட்சித் தலைவர் எம்.ஏ.முத்தையா செட்டியார் வாக்கு

அளித்ததையும் பெரியார் கடுமையாகக் கண்டித்தார். இதனை 19 ஆகஸ்டு, 1938 நாளிட்ட 'விடுதலை'யிலும், 21 ஆகஸ்டு, 1938 நாளிட்ட 'குடியரசு' நாளிதழிலும் பார்க்கலாம். கோவில் நுழைவு சட்டவரைவு 1947-ல் நிறைவேற்றப்பட்டது என்று கூறும் கிருஷ்ணன். அது பார்ப்பனர் அல்லாத, சமூக சீர்திருத்தங்கள் அதிகம் செய்து பெரியாரின் நிலையான ஆதரவைப்பெற்ற ஓமந்தூர் ராமசாமி ரெட்டியாரின் ஆட்சியில்தான் நிறைவேற்றப்பட்டது என்பதைக் குறிப்பிடவில்லை.

கிருஷ்ணன் முன்வைத்த பெரியாருக்கு எதிரான ஆதாரமற்ற வசைகளுக்கு, 'தமிழ் இந்து'வில் 3 நவம்பர் 2017 அன்று வெளியான, விடுதலைச் சிறுத்தைகள் கட்சித் தலைவர், தொல்.திருமாவளவனின் பேட்டியே சரியான பதிலாக இருக்கமுடியும். 'பெரியாரைப் பின்பற்றுபவர்கள் அவரிடம் இல்லாத பண்புகளையெல்லாம் அவரிடம் இருந்ததாகப் பொய் உரைக்கின்றனர்' என்ற கிருஷ்ணனின் வாதத்தை வெறுமையாக்கும்விதமாக அவர் பதிலளிக்கிறார்.

பிராமண ஆதிக்க எதிர்ப்பை மையமாகக் கொண்டிருந்தாலும் நீதிக் கட்சி சாதி ஒழிப்பைப் பிரதானப்படுத்தவில்லை. சமூக நீதியை, இட ஒதுக்கீட்டை ஓர் ஆயுதமாக அது கைக்கொண்டது சாதி அமைப்புக்கு அது கொடுத்த வலுவான அடி. என்றாலும், சாதி சமத்துவத்தை நோக்கியே அது நகர்கிறது; சாதி ஒழிப்பை நோக்கி அல்ல. பெரியார்தான் அந்தப் புள்ளியை நோக்கி நகர்கிறார்.

பெரியாரின் கடவுள் மறுப்பும், பெண் விடுதலை மற்றும் சாதி ஒழிப்பு குறித்த கருத்துகளும் ஒன்றுக்கொன்று பின்னிப்பிணைந்தவை எனும் வாதத்தை, தலித் தலைவர் தொல். திருமாவளவன் முன்வைக்கிறார். அதோடு அம்பேத்கரிய அரசியலுக்கு பெரியார் மிகவும் நெருக்கமானவர் என்றும் அந்த வழியில் அவர் மேலாதிக்க சிந்தனைகளான இந்து - இந்தி - இந்துஸ்தானம் என்கிற முழக்கத்தை எதிர்த்து, சாதியற்ற, பாலின சமத்துவம் கொண்ட, இன, மொழி உரிமையை முன்னிறுத்தும் மாற்று அரசியலை முன்மொழிந்தார் என்றும் கூறுகிறார்.

அதே நாளிதழில் மிக முக்கிய கன்னட தலித் புலவர் சித்தலிங்கையாவின் பேட்டி நவம்பர் 7, 2017-ல் வெளியாகியுள்ளது. அதில்,

> 'புரட்சியாளர் அம்பேத்கரின் சிந்தனையில் மூழ்கியிருந்த எனக்கு அவரது நண்பரான பெரியாரின் கடவுள் எதிர்ப்பு, சாதி ஒழிப்புக் கருத்துகள் உற்சாகத்தைத் தந்தன. மகாராஷ்டிராவிலிருந்து தலித் விடுதலையுணர்வைப் பெற்ற நான், தமிழ்நாட்டிலிருந்தே தாய்மொழிப் பாதுகாப்புணர்வைப் பெற்றேன்' என்று கூறுகிறார்.

இதனோடு கேரள முதலமைச்சர் பினராயி விஜயன், நவம்பர் 6-ல் மதுரையில் நடந்த இரண்டாவது தலித் ஷோஷன் முக்தி மன்ச் மாநாட்டின் தொடக்கவிழாவில் கீழ்வருமாறு பேசியதையும் குறிப்பிடலாம்.

> அரசு நிர்வகிக்கும் கோயில்களில் பட்டியல் இனத்தவரையும், சமூகத்தால் பிற்படுத்தப்பட்ட மக்களையும் பணியில் அமர்த்திய கேரள அரசின் செயல்பாடு பெரியார் ஈ.வெ.ராமசாமியின் கனவை நனவாக்கியுள்ளது.

ஆக, எனது கட்டுரைக்கு கிருஷ்ணன் எழுதிய பதிலுரை தகுந்த எதிர்வினையாக இல்லை என்றே கருதுகிறேன். சமூகநீதி அரசியலில் பெரியாரின் பங்கு என்பது அங்கீகரிக்கப்பட்டு வரும் வேளையில், அவரது கட்டுரை உண்மைத் தரவுகளைத் திரித்து அடிமை வகுப்புகளைப் பிரிக்க நினைக்கும் மற்றொரு வலுவற்ற முயற்சியாகவே இருக்கிறது.

நவம்பர் 17, 2017

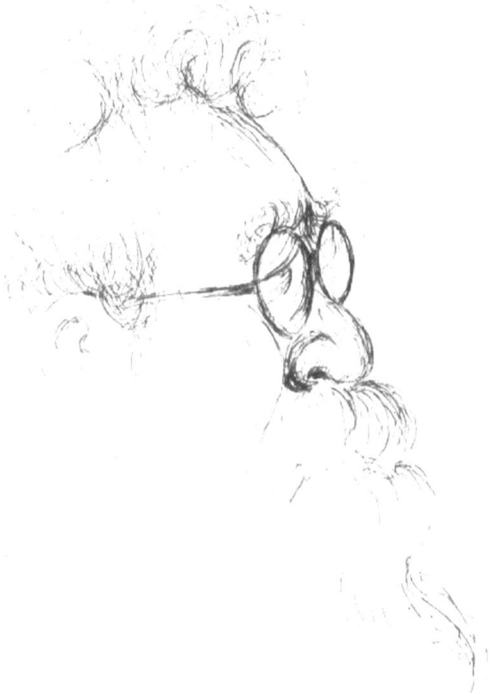

பெரியார் தான் சண்டையிட்டு வந்த சாதித் தீமைகளுக்கு எதிராக உண்மையான தீர்வை வழங்கவில்லை

பேருரைகள் ஆற்றுவதைத் தவிர பெரியார் உருப்படியாகச் சாதி ஒழிப்புக்கு என எதையும் செய்யவில்லை.

பி.ஏ. கிருஷ்ணன்

பெரியார் குறித்து புனித பாண்டியன் எழுதிய பதிலுரை அனைத்தும் அர்த்தமற்ற வார்த்தைத் தாக்குதல்களே.

பாண்டியன் கூறியவற்றின் சாராம்சம்:

1. பெரியாரை பிராமண வெறுப்பாளர் என்று கூறினால் அம்பேத்கரும் பிராமண வெறுப்பாளரே. பெரியாரை தேசவிரோதி என்று கூறினால் அம்பேத்கரும் தேசவிரோதியே.

2. சங்கராச்சாரியார் குறித்தும் எம்.எஸ். கோல்வால்க்கர் குறித்தும் இதுவரை நான் எந்தக் கண்டனங்களையுமே பதிவு செய்ததில்லை

3. என்னை ஆதரிப்பவர்கள் சங்பரிவார் வட்டத்தைச் சார்ந்தவர்கள்.

4. பிராமணர்களின் ஒரே சொத்து கல்விதான் என்றும் பிராமணர் களுக்கு வேறு சொத்துகளே இல்லை என்றும் நான் கூறினேன்.

5. சாதி மற்றும் தீண்டாமை பிரச்னைகள் குறித்து பெரியார் எழுதியவைகளும் பேசியவைகளும் மட்டுமே சுமார் ஐந்தாயிரத்து ஐநூறு பக்கங்கள் இருக்கின்றன. அவை 17 பகுதிகளாக பெரியார் களஞ்சியம் என்கிற பெயரில் திராவிடக் கழகத்தால் வெளியிடப் பட்டுள்ளன.

6. பிராமணர்களுக்கு அவர்களது மக்கள் தொகை விகிதாச்சாரத்தின் படி இட ஒதுக்கீடு வழங்குவதை பெரியார் எப்போதுமே எதிர்த்திராத போது, பிராமணர்களின் தலைமையில் செயல்பட்ட காங்கிரஸ் அது குறித்துப் பரிசீலனை செய்யக்கூட மறுத்ததைப் பற்றி நான் பேசாமல் இருக்கிறேன்.

7. திராவிட நாடு கோரிக்கையைப் பற்றிப் பேசும் ஒருவர், திருவிதாங்கூர் சமஸ்தானத்தை இந்திய ஒன்றியத்தின் கட்டுப் பாட்டுக்குக் கீழ் இல்லாமல் சுதந்திரமாக வைத்திருக்க முயன்ற சி.பி.ராமசாமி ஐயரின் செயல்பாடுகள் பற்றியும், சரத் சந்திர போஸ் எழுப்பிய ஐக்கிய வங்காளம் கோரிக்கையைப்பற்றியும் பேச வேண்டும்.

எனது பதில்கள்:

1. பிராமணியத்தின் மீதான பெரியார் மற்றும் அம்பேத்கரின் அணுகுமுறையை ஒப்பிடுவது என்பது இந்துத்துவத்தின் மீதான மகாத்மா காந்தி மற்றும் விநாயக் சாவர்க்கரின் அணுகுமுறையை ஒப்பிடுவதற்குச் சமமானது. பாண்டியன் சொல்வது போலவே, அம்பேத்கரின் அணுகுமுறை மிகவும் நுட்பமானது. ஆனால் பிராமணர்கள் மீதான பெரியாரின் வசை பக்குவமற்றது. உதாரணமாக: ஏன் சில பிராமணர்களின் முகம் விசித்திரமாக இருக்கிறது என்கிற கேள்விக்கு 'ஏனென்றால் அவர்கள் அனுமனை வணங்கினார்கள்' என்று பதில் அளிக்கிறார். இன்னொரு இடத்தில், பிராமணர்கள் திருட்டு புத்தி உடையவர்கள் என்பதால் அவர்கள் பூனையைப் போன்றவர்கள் என்று கூறுகிறார். இதுபோல என்னால் சொல்லிக் கொண்டே போகமுடியும். இந்த இடத்தில் தற்போது தொடர்ந்து செயல்பட்டுவரும் எந்த தலித் இயக்கங்களும் பெரியாரியவாதிகள்போல பிராமணர்களுக்கு எதிரான மனநிலையைப் பரப்புவதில்லை என்பதையும் நினைவில்கொள்ள வேண்டும்.

   தேசியவாதத்தைப் பொறுத்தவரையில் அம்பேத்கர் இந்தியாவுக்கு எதிராக ஒருபோதும் பேசியதில்லை. ஆனால் பெரியாரோ 1930 களின் பின்பாதியில் இருந்து இந்தியாவுக்கு ஆதரவாகப் பேசியதே இல்லை. இது இவ்விரண்டு பேருக்கும் இடையிலான மிக முக்கியமான வேறுபாடு.

2. நான் தமிழில் எழுதியுள்ள பல கட்டுரைகளில் ஏதேனும் ஒன்றை பாண்டியன் வாசித்திருந்தாலும் இதை அவர் கூறியிருக்கமாட்டார். கோல்வால்கரின் கருத்தியல் மீதோ சங்கராச்சாரியாரின் பழமை வாதங்கள் மீதோ எனக்குச் சிறிதளவுகூட மரியாதை இல்லை. பாண்டியனின் இந்த வாதம் நான் ஏற்கெனவே குறிப்பிட்ட அர்த்தமற்ற வாதம் என்பதற்கு மிகச்சிறந்த எடுத்துக்காட்டு.

3. என்னை யார் ஆதரிக்கவேண்டும் என்பதை நான் தேர்ந்தெடுப்பதில்லை. சுதந்திரம் பெற்ற பின்பும் சுமார் இருபது ஆண்டுகள் பெரியார் காங்கிரஸை ஆதரித்து வந்தார். அதற்கு அன்றைய நாளில் இந்தியாவைத் துண்டாடவேண்டும் என்று பேசிவந்த பெரியாரின் கொள்கையை காங்கிரஸ் ஏற்றுக் கொண்டதாக அர்த்தம் இல்லை.

   இதை ஏற்கனவே ஒருமுறை கூறியிருக்கிறேன். மறுபடியும் ஒருமுறை கூறுகிறேன். நான் ஒரு பெருமைமிக்க மதச்சார்பற்ற

ஜனநாயகவாதி. பெரியாரியவாதிகள் என்மீது தொடுத்த வசைகளைக் கிலோ கணக்கில் அளக்கமுடியும் என்றால் இந்துத்துவ நண்பர்கள் என்மீது தொடுத்த வசைகளை டன் கணக்கில் அளக்க வேண்டியிருக்கும். எந்த நிலையிலும், பெரியாரை விமர்சிக்கும் அனைத்துக் குரல்களும் இந்துத்துவா அல்லது பாஜகவின் மற்றொரு வடிவம் என்று கூறுவது நகைப்புக்குரியது.

4. என்னுடைய முதல் கட்டுரையிலேயே, பல பிராமணர்கள் தங்களது குழந்தைகளின் கல்விக்காக நிலங்களை விற்க வேண்டியிருந்தது எனக் குறிப்பிட்டுள்ளேன். ஆனால் பிராமணர்கள் அதிக நில உரிமை யாளர்களைக்கொண்ட சமூகமாக எப்போதும் இருந்ததில்லை. அந்தச் சமூகத்தின் பெரும்பான்மையானோர் வைதீகப் பணியிலும் கல்விப் பணியிலுமே ஈடுபட்டிருந்தனர்.

5. பெரியாரின் எழுத்துகள் அனைத்தும் பிராமணர்களின் மீதான வசைகளுக்கும் இந்து புராணங்கள் மீதான குரூரத் தாக்குதல் களுக்கும் என்றே அர்ப்பணிக்கப்பட்டவை. பெரியாரின் எழுத்துகளில் இருந்த தீண்டாமை மற்றும், சாதிக்கு எதிரான கவர்ச்சிகரமான தாக்குதல்கள் அவற்றுக்கு தனி அந்தஸ்தை அளித்தது என்பதில் சந்தேகமில்லை. இந்த இரட்டைத் தீய சக்திகளுக்கு எதிரான பெரியாரது கோபம் உண்மையானது என்பதில் எனக்கு எந்தச் சந்தேகமும் இல்லை. துரதிஷ்டவசமாக அவற்றை எதிர்கொள்ள ஒரு சில தட்டையான தீர்வுகளை முன்வைத்தாரே தவிர நடைமுறைக்குச் சாத்தியமான தீர்வுகள் எதையும் முன்வைக்க வில்லை. சாதி மறுப்புத் திருமணம் அதுபோன்ற ஒரு தட்டையான தீர்வே. சாதி மறுப்புத் திருமணம் என்பது பலரால் சாவடி அடிக்கப் பட்ட ஒரு பழைய தீர்வு. அதனை முன்வைத்தார் என்பதற்காக அவர் உண்மையான கோட்பாட்டாளராக ஆகிவிடமாட்டார்.

   பெரியாரியவாதிகளுக்கு ஒரு வேண்டுகோள் விடுக்கிறேன்: தயவு செய்து பெரியாரின் எழுத்துகளையும் பேச்சுகளையும் ஆங்கிலத்தில் மொழிபெயருங்கள். தமிழ் வாசிக்கத் தெரியாத நபர்கள் அவற்றை வாசித்து உண்மை என்னவென்பதை அவர்களே அறிந்து கொள்ளட்டும்.

6. காங்கிரஸ் இட ஒதுக்கீட்டுக்கு எதிராக இருந்தது என்பது சரியான வாதமல்ல. உண்மையில் இட ஒதுக்கீட்டை அமல்படுத்தும் கட்டத்துக்கு அருகில்கூட செல்லாமல் இருந்தது நீதிக்கட்சிதான். இங்கே கிரான்வில் ஆஸ்டினை மீண்டும் மேற்கோள் காட்ட விரும்புகிறேன். '1937 ஆம் ஆண்டு தேர்தலில் நீதிக்கட்சியிடம்

இருந்து ஆட்சியை காங்கிரஸ் கைப்பற்றிய பிறகு அக்கட்சியின் தலைவராகத் தமிழ் பிராமணரான சக்கரவர்த்தி ராஜகோபாலச்சாரி இருந்தபோதும், அது கட்டாயப் பாகுபாட்டைத் தனது கொள்கை யாக ஆக்கிக்கொண்டது.'

7. சி.பி.ராமசாமி ஐயரின் நம்பிக்கை துரோகத்தைப் பற்றியும், விடுதலை இயக்கத்தின் கடைசி நாட்களில் சரத் போஸின் அறியாமையையும் பற்றி ஏற்கனவே தனியாக எழுதியுள்ளேன். திராவிடநாடு குறித்துப் பேசிக் கொண்டிருக்கும் இந்த வேளையில் அது குறித்து ஏன் பேசவேண்டும் எனத் தெரியவில்லை. இருப்பினும், அவர்களுக்கும் பெரியாருக்கும் இடையிலான வித்தியாசம் என்னவென்றால் அவர்கள் தங்களது கடைசி காலங்களில் மனம் திரும்பிவிட்டனர். ஆனால் பெரியார் தனது இறுதி காலம் வரை இந்தியாவுக்கு எதிரான மனநிலையைக் கொண்டிருந்தார்.

சுதந்திரப் போராட்ட காலங்களில், காங்கிரஸ் கட்சி, அனைத்து இந்தியர்களின் விருப்பங்களையும் கணக்கில் கொண்டு அவர்களுக்குப் பிரதிநிதியாக இருந்தது. அக்கட்சியை பிராமண பனியா கட்சி என்று சொல்வது, அம்பேத்கரே கூறியிருந்தாலும், அதனைக் களங்கப் படுத்தும் முயற்சி என்றே கருதுகிறேன். அம்பேத்கர், ஜின்னா, சாவர்கர், பெரியார் ஆகியோருக்குப் பிரிவினைவாதிகளாக இருப்பதும் நடைமுறைக்கு சாத்தியமில்லாத கோரிக்கைகளை முன்வைப்பதும் எளிது. ஆனால் காங்கிரஸ் கட்சிக்கு இவை எல்லாம் செய்ய முடியாத ஆடம்பரங்கள். அவர்கள் தேசமுழுமைக்கும் பேச வேண்டியிருந்தது,

அதுமட்டுமல்லாமல் அவர்கள் பிரிட்டிஷாரோடு நேரடிப் போரில் ஈடுபடவேண்டியிருந்தது. இவற்றை எல்லாம் காங்கிரஸ் துவேஷிகள் புறந்தள்ளிவிடுகிறார்கள். நான் எனது முந்தைய கட்டுரையில் கூறியதைப் போல் ஜின்னாவுக்கு இஸ்லாமியர்களின் ஆதரவு இருந்தது. அம்பேத்கருக்குக் கசப்புணர்வு பெறுவதற்கு நியாயமான காரணம் இருந்தது. ஆனால் பெரியாருக்கு மக்களின் ஆதரவும் இல்லை கசப்புணர்வு பெறுவதற்கான நியாயமும் இல்லை.

ஒருவரின் கருத்தியலை முடிவு செய்ய அவரது சாதி மட்டும்தான் ஒரே அளவுகோல் என்றால் பெரியாரும் பணம் படைத்த வியாபார சாதியில் இருந்து வந்தவர் என்பதை நினைவில்கொள்ளவேண்டும். மேலும் அவர், இந்தியாவிலேயே எதிர்வினையை மாத்திரமே அடிப்படை யாகக் கொண்டு செயல்பட்ட கட்சிகளில் ஒன்றான நீதிக்கட்சிக்குச் சில காலம் தலைமை தாங்கினார். அவருடைய போராட்டம் என்பது

இடைநிலை சாதியில் இருக்கும் முன்னேறியவர்களுக்கானது. அவர் தமிழகத்தில் எந்த ஆலய நுழைவுப் போராட்டத்தையும் நடத்தாமல் இருந்தது தற்செயலான ஒன்றல்ல. அவர் பேருரைகள் ஆற்றியதைத் தவிர சாதியை ஒழிப்பதற்கு எந்த உருப்படியான முன்னெடுப்பையும் எடுக்கவில்லை என்பதே வரலாற்று உண்மை. ஆம், அவர் இந்திய அரசியல் சாசனச் சட்டத்தை எரித்தார்; இது சாதியை ஒழிப்பதற்கான வழி என்று கூறினால் நான் சொல்வதற்கு ஒன்றுமில்லை.

இன்றும்கூட பெரியாரிய அறிவுஜீவிகளுக்கோ தமிழகத்தின் ஒரு பேச்சாளருக்கோ பிராமணர்கள் மீதான இனவெறி தாக்குதல் தொடுப்பது என்பது எளிது. குறிப்பாக பிராமணப் பெண்களைப் பற்றி அவதூறாகப் பேசிவிட்டு அதற்காகச் சிறு எதிர்ப்பைக்கூடச் சந்திக்காமல் போய்விட முடியும். அதுமட்டுமின்றி எல்லாத் தருணங்களிலும் அவரது இந்த அவதூறு முயற்சிக்காகப் பாராட்டவும்படுவார்.

அரசியல் தலைவர்கள் பெரியாரைப் பற்றிப் புகழ்ந்து பேசுவதை பாண்டியன் குறிப்பிடுகிறார். அவர்கள் அப்படித்தான் பேசுவார்கள். ஏனென்றால், அவர்களுக்குத் தெளிவான அரசியல் நோக்கங்கள் இருக்கின்றன. அமித்ஷாகூடத் தனது புதிய ஆதர்சமாக அம்பேத்கரைக் கண்டடைந்திருக்கிறார். நான் அரசியல்வாதியல்ல; எனக்கு எந்த உள்நோக்கமும் இல்லை.

நவம்பர் 27, 2017

மொழிபெயர்ப்பாளர் உரை

‘தி வயர்’ இணைய இதழில் வெளியான பெரியார் குறித்த விவாதக் கட்டுரைகளை மொழிபெயர்க்க வேண்டும் என்று கிழக்கு பதிப்பகத்தின் ஆசிரியர் மருதன் கேட்டுக்கொண்டதும் உடனே ஒப்புக்கொண்டேன். ஆனால் விவாதத்தை முழுவதுமாகப் படித்தபோது மொத்தம் எட்டு கட்டுரைகளில் ஐந்து கட்டுரைகள் பெரியாருக்கு எதிர்ப்பாகவும் மூன்று கட்டுரைகள் பெரியாருக்கு ஆதரவாகவும் இருந்ததைக் கண்டு, இது எப்படி ஒரு சரிசமமான வாதமாக இருக்கமுடியும் என்று தோன்றியது.

மேலும் முதல் கட்டுரை எழுதியவரே கடைசிக் கட்டுரை எழுதியுள்ள நிலையில் இதை ஒருபக்கச் சார்புடைய புத்தகமாக வாசகர்கள் கருதி விடுவார்களோ என்கிற ஐயமும் எனக்கு இருந்தது. ஆனால் மொழி பெயர்ப்புப் பணியை முடிக்கும்போது அந்த ஐயம் நீங்கிவிட்டது. நூலை வாசித்து முடிக்கும்போது வாசகர்களும் அதனை உணர்வார்கள் என்றே கருதுகிறேன்.

பெரியார் தொடர்ந்து கேள்விக்குள்ளாக்கப்பட்டு வரும் இன்றைய சூழலில் இது போன்ற ஒரு புத்தகம் வெளிவருவது பெரியார் குறித்த விவாதங்களை மேலும் அதிகமாகத் தூண்டிவிடும் என்கிற நம்பிக்கையில் இதனை மொழிபெயர்த்துள்ளேன். இதில் கட்டுரையாளர்கள் குறிப்பிட்ட அனைத்து மேற்கோள்களையும் தேடிப் படித்து அதன் முழு வடிவங் களையும் வாசித்த பின்பே மொழிபெயர்த்துள்ளேன். வாசகர்களும் அந்த

முழு வடிவங்களை தேடிப் பிடித்து வாசிக்க வேண்டும் எனவும் கேட்டுக் கொள்கிறேன்.

பெரியாரின் மேற்கோள்களை ஆங்கிலத்தில் இருந்து மொழிபெயர்க் காமல் தமிழில் அவர் எழுதியவாறே சேர்த்துள்ளேன். அம்பேத்கரின் கருத்துகள் ஏற்கெனவே தமிழில் மொழிபெயர்க்கப்பட்டு பெரும் தொகுதிகளாக வெளியிடப்பட்டுள்ள நிலையில் அதில் இருந்து சில மேற்கோள்கள் பயன்படுத்தியுள்ளேன்.

பெரியார் குறித்த மேலதிக விவாதத்துக்கு இந்நூல் வழிவகுக்கும் என்கிற நம்பிக்கையுடன் இந்த மொழிபெயர்ப்புப் பணியை எனக்கு வழங்கிய கிழக்கு பதிப்பகத்துக்கும், அதன் ஆசிரியர் மருதனுக்கும் எனது நன்றியைத் தெரிவித்துக்கொள்கிறேன்.

புதியபரிதி

படைப்பாளர்கள்

(கட்டுரைகளின் வரிசையில்)

பி.ஏ. கிருஷ்ணன்

கட்டுரையாளர், நாவலாசிரியர். தமிழ், ஆங்கிலம் இரண்டிலும் எழுதிவருகிறார். புலிநகக் கொன்றை, கலங்கிய நதி ஆகியவை இவருடைய சமீபத்திய புதினங்கள். தொடர்புக்கு : tigerclaw@gmail.com

கார்த்திக் ராம் மனோகரன்

கொல்கத்தாவிலுள்ள செண்டர் ஃபார் ஸ்டடீஸ் இன் சோஷியல் சயின்சஸ் நிறுவனத்தில் உதவிப் பேராசிரியராகப் பணியாற்றி வருகிறார். தொடர்புக்கு : karthick@cssscal.org

எஸ். ஆனந்தி

சென்னை வளர்ச்சி ஆராய்ச்சி நிறுவனத்தின் (எம்ஐடிஎஸ்) இணைப் பேராசிரியராக இருக்கிறார். பாலினப் பாகுபாடு, சாதி, அடையாள அரசியல் தொடர்பான ஆய்வு நூல்கள், கட்டுரைகள் எழுதியிருக்கிறார். தொடர்புக்கு : anandhi@mids.ac.in

என். கல்யாணராமன்

மொழிபெயர்ப்பாளர், கட்டுரையாளர். சி.எஸ். செல்லப்பா, அசோகமித்திரன் உள்ளிட்ட இலக்கிய ஆளுமைகளின் படைப்புகளை

ஆங்கிலத்தில் மொழிபெயர்த்திருக்கிறார். சமீபத்திய மொழிபெயர்ப்பு நூல், பெருமாள் முருகனின் பூனாச்சி : ஒரு வெள்ளாட்டின் கதை.

புனித பாண்டியன்

'தலித் முரசு' இதழின் ஆசிரியர். எழுத்தாளர், பேச்சாளர், செயற்பாட்டாளர்.

புதிய பரிதி

மொழிபெயர்ப்பாளர். நியூஸ் 7 செய்தி தொலைக்காட்சியில் பணியாற்றுகிறார்.

www.ingramcontent.com/pod-product-compliance
Lightning Source LLC
LaVergne TN
LVHW100335181026
850499LV00039B/1087
* 9 7 8 9 3 8 6 7 3 7 6 4 9 *